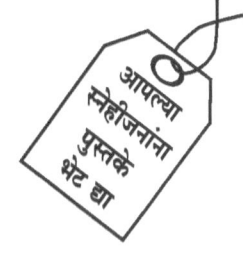

आपल्या स्नेहीजनांना पुस्तके भेट द्या

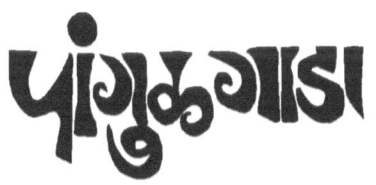

पांगुळगाडा

(तीन अंकी नाटक)

रणजित देसाई

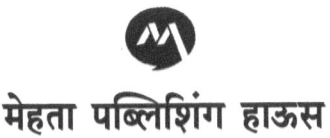

मेहता पब्लिशिंग हाऊस

✆ +91 020-24476924 / 24460313

Email : info@mehtapublishinghouse.com
production@mehtapublishinghouse.com
sales@mehtapublishinghouse.com

Website : www.mehtapublishinghouse.com

- *या पुस्तकातील लेखकाची मते, घटना, वर्णने ही त्या लेखकाची असून त्याच्याशी प्रकाशक सहमत असतीलच असे नाही.*

PANGULGADA by RANJEET DESAI

पांगुळगाडा : रणजित देसाई / नाटक

© सौ. मधुमती शिंदे / सौ. पारु नाईक

मराठी पुस्तक प्रकाशनाचे हक्क मेहता पब्लिशिंग हाऊस, पुणे.

प्रकाशक : सुनील अनिल मेहता, मेहता पब्लिशिंग हाऊस,
१९४१ सदाशिव पेठ, माडीवाले कॉलनी, पुणे – ४११०३०.

मुखपृष्ठ : चंद्रमोहन कुलकर्णी

प्रकाशनकाल : ऑक्टोबर, २००१ / ऑगस्ट, २०१३ /
पुनर्मुद्रण : एप्रिल, २०१८

P Book ISBN 9788177661880
E Book ISBN 9789386175724
E Books available on : play.google.com/store/books
www.amazon.in

अंक पहिला

(*स्थळ* : मेजर चंद्रशेखरांचे निवासस्थान. एक मध्यमवर्गीय फ्लॅट.

वेळ : संध्याकाळची.

पडदा उघडतो, तेव्हा बैठकीवर बसून चंद्रशेखर सतार जुळवीत असतो. काही क्षण जातात आणि आतून पँट-बुशशर्ट घातलेला एक तरुण बाहेर येतो. चंद्रशेखरची नजर त्याच्यावर जाते–)

शेखर : निघाला?

बाबूराव : येस्! (घड्याळ पाहतो) सात वाजले.

शेखर : पण बाईसाहेब येईपर्यंत थांबलात, तर...

बाबूराव : सॉरी! मला गेलंच पाहिजे.

शेखर : आय् ॲम सॉरी! आज तुम्ही जेवायला थांबावं, असं वाटत होतं.

बाबूराव : अगोदर कळलं असतं, तर राहिलो असतो. पुढची अपॉईंटमेंट कॅन्सल केली असती.

शेखर : तेही खरंच!

बाबूराव : इस्पेसल दिवस आहे, वाटतं, आज.

शेखर : आज नंदिनीचा वाढदिवस ना!

बाबूराव : (हसतो)

शेखर : का हसला?

बाबूराव : वाढदिवस बाईसाहेबांचा. मग मी कशाला इथं?

शेखर : तसं नाही. मोहन येणार. मिनी पण येईल.

बाबूराव : ते मला माहीत आहे. घरचेच आहेत ते.

शेखर : आणि तुम्ही?

बाबूराव : एका घराशी नातं ठेवून भागत नाही आम्हांला. मला अनेक ड्यूट्या आहेत. अच्छा! येतो मी.

(बाबूराव निघून जातो. क्षणभर शेखर तो गेल्या दिशेला पाहत राहतो. परत त्याची नजर सतारीवर जाते. शेखर परत सतार जुळवू लगतो. सतार जुळलेली असते. शेखर सतार छेडतो.)

काही क्षणांतच त्रासिकपणे सतार खाली ठेवतो. तरफ पाहत असतो. तोच बाहेरून नंदिनी येते. तिला पाहताच तो सतार मांडीवरून खाली ठेवतो. जवळची काठी घेऊन सावकाश उठतो. नंदिनी थोडी पुढे येते.)

नंदिनी : उठलास का? वाजव ना! आज खूप सतार ऐकावीशी वाटते.

शेखर : मोठी अडेल आहे ती! तुझ्यासारखीच! दोनदा सतार जुळवली, पण जुळत नव्हती. कुठंतरी एक तार बेसूर होती.

नंदिनी : मग जमली ना?

शेखर : जरा मनधरणी केली. जमून गेली.

(नंदिनी एकदम गंभीर होते. शेखरची नजर चुकवण्यासाठी हातातली पर्स टेबलावर ठेवू लगते. शेखर जवळ जातो.)

शेखर : नंदिनीऽ...

(नंदिनी वळते.)

किती सुंदर दिसतेस! नंदा, मी घरी आलो. पाहतो, तर तुझा पत्ता नाही. तुला आश्चर्यचकित करायचं होतं. कुठं गेली होतीस?

नंदिनी : तुम्ही कुठं सांगितलं होतंत? मला न सांगता बाहेर गेलात. मग मी तरी का सांगावं?

शेखर : आमचं चुकलं! झालं? आजचा दिवस तुझा आहे. जे म्हणशील, ते खरं...

नंदिनी : खरंच? तसं झालं, तर...

शेखर : काय झालं, तर?

नंदिनी : (भानावर येत) काही नाही... पण सांगितलं नाही, कुठं गेला होता, ते...

शेखर : ते सांगता येणार नाही.

नंदिनी : (हसते) दिवस माझा ना?

शेखर : हो! खरंच! नंदा, डोळे मीट. मीट ना!

(नंदिनी डोळे मिटते. शेखर खिशातून दागिना काढतो. तिच्या गळ्यात बांधतो.)

उघड डोळे!

(नंदिनी डोळे उघडते. गळ्यातला हार पाहते. चकित होते.)

शेखर : हॅपी बर्थ- डे! आवडला?
नंदिनी : अं हंऽऽ.
शेखर : मग आवडलं तरी काय?
नंदिनी : सांगू?
शेखर : सांग...
नंदिनी : (दूर जाऊन त्याच्याकडे पाहत) तूऽऽ!
शेखर : नंदाऽऽ (तिला जवळ घ्यायला जातो. काठी पडते. तो धडपडतो. सावरतो. नंदिनी जवळ येते.)
नंदिनी : शेखर!
शेखर : (वळतो) नंदा, कॉलेजपासूनचे आपण साथीदार! या माझ्या सतारीनं आपल्याला जवळ आणलं. आपण संसार उभा केला. काही कमतरता नव्हती. कुणी मला विचारलं असतं, की 'स्वर्ग कुठं?' तर बादशहाच्या थाटात सांगितलं असतं– 'हमीं अस्तो! हमीं अस्त'! या इथं, या इथं!
नंदिनी : (भारावते) शेखर, आजही तो स्वर्ग इथंच आहे... इथंच आहे...
शेखर : आहे! पण पांगळा! कर्तव्याची हाक येताच धावून जाणं पाप आहे का? मला देवानं ही शिक्षा का केली? का केली?
नंदिनी : नाही, शेखर, ते पाप नव्हतं. पुण्यच होतं!
शेखर : हो ना! भारतावर हल्ला होताच मी सैन्यात दाखल झालो. कमिशनचा स्वीकार केला. शिक्षण पुरं झालं आणि त्याच वेळी युद्धही थांबलं. देशाची सेवा करण्याचं भाग्य हरवलं, याचं मला त्या वेळी केवढं दुःख झालं. त्यानंतर दुर्दैवानं वर्षभरातच पाकिस्ताननं देशावर हल्ला केला. त्यात भाग घेत असता केवढा जोश संचारला होता...
नंदिनी : त्या पराक्रमाची नोंद म्हणूनच ती पदकं, तलवार भिंतीवर आहे ना!
शेखर : कैक वेळा फेकून द्यावीशी वाटतात ती! हे पांगळेपण घेऊन घरी येण्याऐवजी रणांगणावरच...

नंदिनी : शेखरऽऽ (त्याच्या ओठांवर हात ठेवते)

शेखर : नंदिनी, मी सांगतो, त्यात काही खोटं नाही. रणांगणावर मी मेलो असतो ना, तर हीच पदकं तुझ्या उजाड संसाराला धीर द्यायला उपयोगी पडली असती! या पदकांनी हरवलेलं समाधान मिळवून दिलं असतं...

नंदिनी : आज असं का बोलता?

शेखर : जखमी, सेवामुक्त झालेल्या सैनिकाइतकं घायाळ जीवन कुणाचंच नसतं, बघ. मृत्यूचं आव्हान स्वीकारणाऱ्या जीवानं लाचारीनं भीक मागायची? शत्रूच्या हल्ल्याचं आव्हान स्वीकारणाऱ्या नजरेनं दुसऱ्याच्या नजरेतली अनुकंपा, दया पाहायची? हं! (खिन्नपणे हसतो)

नंदिनी : काय घडलं, शेखर? आज विशेष काही घडलं का?

शेखर : नंदा, तो दिवस आजही आठवतो. आभाळ ढगांनी भरलं होतं. रणांगणाची भूमी चिखलानं भरली होती. तोफांचे आवाज, बंदुकींच्या फैरी यांनी दाही दिशा दणाणत होत्या. स्फोट होत होते. भान हरपलेली आपली फौज पुढं सरकत होती. दिसेल, तो शत्रू टिपला जात होता. अचानक माझं लक्ष वळलं. झुडपातून उरलेला शत्रू बंदूक उचलत होता. क्षणाचाही अवसर न घेता मी बंदूक वळवली. आवाज झाला आणि पाण्यातून मासळी उडावी, तसा तो तडफडला, मी धावलो. माझ्या रायफलला संगीन होती. पडलेला शत्रू बंदूक सोडून आपल्या पिस्तुलाला हात घालीत होता. मी माझी रायफल सर्व ताकदीनिशी उचलली. संगिनीचं पातं क्षणभर चकाकलं. धडपडणाऱ्या शत्रूच्या छातीचा वेध घेत असतानाच माझं लक्ष त्याच्या नजरेकडं गेलं. त्या नजरेतील व्याकुळता... ते आर्जव... माझा हात तसाच स्थिरावला. आणि त्याच वेळी ती असह्य वेदना पायातून उठली. त्या क्षणानं घात केला होता.

(मांडीवर जोराने थाप मारतो.)

नंदिनी : आठवण्यासारखं तेवढंच आहे का, शेखर?

शेखर : नुसता शेखर नव्हे! मेजर चंद्रशेखर! ग्रॅज्युएट! (हसतो) वीर चक्राचा मानकरी. (हसतो) सेवामुक्त झाल्यापासून नोकरीसाठी फिरतो आहे. नोकरी मिळत नाही. मिळते, ती सभ्य शब्दांतली अवहेलना! आज सकाळीच एके ठिकाणी गेलो होतो. त्या फर्मच्या मालकानं चहा दिला. सिगारेट दिली. आणि सांगितलं... (आवाज संथ होतो)

ऑफिस पहिल्या मजल्यावर आहे. लिफ्ट बसवण्याचा विचार आहे. जर बसवली, तर...

नंदिनी : शेखर! ते का मला माहीत नाही? कशाला सांगतोस ते? निदान आज तरी...

शेखर : आज तुझा वाढदिवस ना! मी हे सांगणार नव्हतो. ओघात येऊन गेलं. आज सकाळीच हे घडलं. मनातून जाईना, तुझ्याशिवाय दुसरं सांगायचं तरी कुणाला?

नंदिनी : मी एकटी नाही, म्हटलं! (सतारीकडे बोट दाखवते) ती आहे ना माझी सवत! तिच्याशी हितगूज चालतंच की तुझं.

शेखर : (हसतो) खरं आहे! अगदी खरं! पण नेहमीच ती तुझा मत्सर करीत नाही. बघ, आज कशी बोलते, ती! अशी बोलेल, की तुझा सारा रुसवा क्षणात विरून जाईल!

नंदिनी : मी तिचा मत्सर कसा करीन? त्याच सतारीनं आपल्याला एकत्र आणलं. (शेखरला मिठी मारते.) शेखरऽऽ.

शेखर : अं!

नंदिनी : आज माझा वाढदिवस ना!

शेखर : हो, ना! म्हणून तर...

नंदिनी : आज एक गोष्ट मागितली, तर देशील?

शेखर : जरूर देईन! मागून तर बघ.

नंदिनी : पाहा हं!

शेखर : अरे, चलऽऽ! काय हवंय् तुला? बोल? आकाशातला चंद्र हवा?

नंदिनी : अंहं!

शेखर : सागरातळातला मोती?

नंदिनी : अहं!

शेखर : माझ्या डोळ्यांतले अश्रू?

नंदिनी : शेखरऽ

शेखर : नंदा, या जगात सारं पाहायला मिळेल. प्रसंगी आकाशातला चंद्र हाती येईल. समुद्राच्या तळाचा, शिंपल्यातील तो मोती, त्याचा शोध घेता येईल; पण सैनिकाच्या डोळ्यांतले अश्रू पाहायला मिळणं कठीण! भारी कठीण!

नंदिनी : हेच बोलणार? (हताश होते.)

शेखर : राहिलं! माग, काय हवं तुला?

नंदिनी : (जवळ जाते. झब्ब्याच्या बटनाशी चाळा करीत) आज माझ्यावर

रागवायचं नाही.

शेखर : बस्स! अग, मी कधी रागावलोय् का तुझ्यावर? उलट, नेहमी तूच रागावतेस!

नंदिनी : चेष्टा नाही! खरंच सांगते मी!

शेखर : बरं, बाबा! नाही रागावणार! झालं?

नंदिनी : पाहा हं?

शेखर : अरे, छोडो, यार! ही सैनिकाची जुबाँ आहे. ऑर्डर, म्हणजे ऑर्डर.

नंदिनी : मला भीती वाटते...

शेखर : कसली भीती? अग, आमच्या बळावर देश राहतो आणि घरी बायको भीती बाळगते? हंबग!

(नंदिनी शेखरला बैठकीवर नेऊन बसवते.)

नंदिनी : डोळे मीट! मीट ना! मी उघड म्हटल्याखेरीज उघडायचे नाहीत...

(शेखर डोळे मिटतो. शेखरला सोडून नंदिनी बाहेर जाते. गोंधळलेला शेखर डोळे मिटून बसलेला असतो. काही क्षणांतच नंदिनी कमलचा हात धरून आत येते. कमल वीस- बावीस वर्षांची तरुणी. रूपाने आकर्षक.)

हं! उघड आता...

(शेखरची नजर कमलकडे जाते. शेखर चकित होतो. हळू हळू त्याचा भाव पालटतो. तो सावकाश उठतो. बघता-बघता त्याच्या चेहऱ्यावर उग्र संतापाचे भाव उमटतात. एक एक पाऊल मागे जात कमलकडे बोट दाखवत, तो बोलण्याचा प्रयत्न करत असतो.)

शेखर : नंदा, ही या घरी कशी?

नंदिनी : मी आणली.

शेखर : तू! का आणलीस?

नंदिनी : शेखर, ती कशीही असली, तरी तुझी बहीण आहे. माझी नणंद आहे.

शेखर : नंदिनी! यू हॅव गॉन टू फार! मला कोणी बहीण नाही. मी हिला ओळखत नाही.

नंदिनी : मी ओळखते ना! शेखरऽऽ

शेखर : शट् अप्! मला काही ऐकायचं नाही. मी हवं ते सहन करीन; पण या (कमलकडे बोट दाखवत) कलंकिनीला या घरात जागा नाही...

नंदिनी : (कठोर बनते) कारण समजेल?

शेखर : ते जगजाहीर आहे! ऐकायचंच असेल, तर परत ऐक! ही कलंकिनी आहे. व्यभिचारिणी आहे... कुमारी माता आहे...

(कमल कानांवर हात ठेवते. एकदम नंदिनीला बिलगते. रडू लागते. नंदिनी तिला सावरत असते.)

नंदिनी : झालं बोलून?

शेखर : काय खोटं बोललो? ते उच्चारण्याची माझी इच्छा नव्हती. तू ते बोलायला भाग पाडलंस.

नंदिनी : बोललात, ते बरं झालं. बोललात, ते जितकं खरं आहे, तितकीच ही तुमची रक्ताची बहीण आहे, हेही खरं आहे.

शेखर : साफ खोटं! नंदिनी, तुला आपलं आडनाव आठवतं? आठवत असेल, तर उच्चार कर! पांडे! हा चंद्रशेखर पांडे! मंगलदास पांडे घराण्याचा वंशज! ज्यानं अठराशे सत्तावनच्या रणसंग्रामात प्रथम शिंग फुंकलं, हाती आलेलं कमळ ज्यानं उचललं आणि ज्यानं प्रथम इंग्रजावर गोळी झाडली, त्या पांडे घराण्याच्या यादीत कलंकिनीला जागा नाही.

नंदिनी : किती वेळा तो शब्द उच्चारणार आहात? ही कलंकिनी. (शेखरच्या नजरेला नजर देते) तुम्ही फौजेत भरती झाला. तुमची आई, तीही पांडे घराण्याचीच प्रतिष्ठा! त्या प्रतिष्ठेसाठी कुणाच्याही दारात अखेरपर्यंत येऊ शकली नाही. आईच्या सावलीखाली जपलेली ही पोर, आई जाताच पोरकी झाली. काकाच्या आश्रयानं राहू लागली. तुमचा काका, त्याच थोर पांडे घराण्याचा वारस. सामाजिक थोर कार्यकर्ते ना ते! त्यांचं घर समाजसेवकांचं माहेरघर...

शेखर : त्यांचा काय संबंध?

नंदिनी : नाही कसा? समाजाची चिंता वाहणाऱ्या तुमच्या काकांना या मुलीला सांभाळता आलं नाही. नुकताच तारुण्यात पदार्पण केलेला हा जीव. नव्या स्वप्नानं भारलेला. त्याच स्वप्नाळूपणानं या पोरीचा घात झाला. ही फसवली गेली. क्षणात ही कलंकिनी बनली. समाजसेवक म्हणवून घेणाऱ्या काकांनीही आश्रय नाकारला. काका, भाऊ जिवंत असता, तरी ही आश्रमाची वाट चालते...

शेखर : तरीही कलंकिनीच! नंदिनी, आमच्या आजीवर एकदा आजोबांनी संशय घेतला. नुसता संशय. दुसऱ्या दिवशी तिचं प्रेत परसातल्या विहिरीत सापडलं. ही ज्या घरात राहत होती, तिथं तेच परसू होतं. विहीर तीच होती.

नंदिनी : फक्त काळ बदलला होता...
शेखर : (दचकतो) काय म्हणालीस?
नंदिनी : जीव देणं एवढं सोपं नाही, शेखर! जेव्हा गोळी लागून पाय निकामी झाला, तेव्हा रणांगण तेच होतं. कमरेला पिस्तूलही तेच होतं.
शेखर : नंदिनी!
नंदिनी : मरणाच्या गोष्टी सोप्या नसतात, शेखर! आणि मरावं तरी का? असा कोणता अक्षम्य गुन्हा घडला, की त्यासाठी तिनं आपलं जीवन संपवावं...?
शेखर : (मोठ्यानं हसतो) हं!
नंदिनी : हसायला काय झालं?
शेखर : तुझ्या प्रश्नाचं उत्तर माझ्याजवळ नाही. ही आली, आणि तिचं कार्टं...
नंदिनी : दुर्दैवानं ते जगलं नाही.
शेखर : ते जगलं नाही, हेही दुर्दैवच! बस्स कर, नंदिनी! पाप-पुण्य देखील तुला कळेनासं झालंय्. तिला हाकलून दे...
नंदिनी : आणि ती नाही गेली, तर...
शेखर : नाही गेली, तर? ही हिम्मत! स्वतःच्या हातानं गोळी घालीन...!
नंदिनी : आणून देऊ पिस्तूल?
शेखर : नंदिनीऽऽ
नंदिनी : शेखर, कॉलेजमधले आपले भेटीगाठीचे दिवस आठव. चांदण्या रात्रीच्या भेटी नजरेसमोर आण. गॅदरिंगचे दिवस याद कर. तुम्ही मला फसवलं असतं, तर आज समाजापुढं मी कलंकिनी म्हणूनच उभी राहिले असते ना? त्या वेळी माझ्या घराण्याच्या प्रतिष्ठेचा विचार शिवला होता मनाला?
शेखर : कशाला पापाचं समर्थन करतेस? त्यासाठी आपल्या प्रेमाची विटंबना...
नंदिनी : मी समर्थनही करीत नाही आणि विटंबनाही करीत नाही. कमलला या घरात जागा मिळत नसेल, तर...
शेखर : तर काय?
नंदिनी : मला या घरात राहता येणार नाही...
शेखर : नंदिनीऽऽ
नंदिनी : माणसानं स्वाभिमानानं जगावं. जिद्दीनं जगावं! देशाच्या स्वातंत्र्यासाठी प्राण पणाला लावणारा, पांडे घराण्याची प्रतिष्ठा सांगणारा, स्वतःच्या बहिणीच्या दुःखावर फुंकर मारू शकत नाही.. रणांगणावर पडलेल्या शत्रूच्या डोळ्यांतलं आर्जव बघून ज्याच्या हातातली संगीन उसंत

घेते, त्या माणसाला आपल्या असहाय बहिणीच्या डोळ्यांतले अश्रू दिसत नाहीत. त्याच्या मनाला कढ फुटत नाही, तो भाऊ कसला? तुम्ही म्हणालात ना! सैनिकाच्या डोळ्यांत कधीही अश्रू येत नाहीत, म्हणून! येणार तरी कसे? सद्भावनेची जोड असल्याखेरीज डोळ्यांतल्या पाण्याला गोलाई चढत नाही. त्याचे अश्रू बनत नाहीत, शेखर! चल, कमल. आपण जाऊ.

शेखर : नंदिनी, थांब!

(नंदिनी शेखरकडे पाहते. शेखर अडखळतो.)

लोक काय म्हणतील?

नंदिनी : हं! लोकांना बोलायला काय जातं? त्यांचा संबंध काय? लोक काय म्हणतील, या भीतीनं का आपली माणसं दूर लोटायची? तीच भीती असेल, तर विश्वास ठेवा; लोक काही म्हणणार नाहीत. ज्यांना आपल्या माणसांचा आधार नसतो, त्यांनाच लोक बोलतात. रस्त्यावर आल्याखेरीज कोणी दगड मारीत नाहीत. शेखर, माणसानं जगाला फसवावं; पण स्वतःशी तरी प्रतारणा करू नये. हे शल्य तुमच्याही मनात खुपत होतंच. खरं ना?

शेखर : नंदिनीऽ

नंदिनी : एक पाय अधू झाला असेल; पण दोन हात तरी बळकट आहेत! त्या हातांचा आधार, तुमच्या नव्हे, माझ्या मानलेल्या बहिणीला द्या! दुसरं काही नको.

(नंदिनीचे आर्जव पाहून शेखर विरघळतो. त्याचा संताप कुठच्या कुठे जातो. नंदिनीवर नजर खिळते.)

शेखर : नंदिनी, हे घर माझंच एकट्याचं नाही; तुझंही आहे. हक्काचं आहे. तुला हवी, ती माणसं या घरात ठेवण्याचा अधिकार तुला आहे.

(नंदिनी आनंदते. कमलचा हात धरते.)

नंदिनी : कमल, मी सांगितलं होतं ना! तुझ्या भावाइतका मोठ्या मनाचा माणूस जगात दुसरा नाही. पूस ते डोळे. निर्भय मनानं घरात चल. या घराच्या रूपानं सारं जग तुझ्या पाठीशी आहे, असं समज.

(नंदिनी कमलला घेऊन आत जाते. त्याच वेळी दरवाज्यातून दुटांगी धोतर, पांढरा शर्ट घातलेला वयस्क गृहस्थ आत येतो. त्याच्या हातात पत्र्याची ट्रंक असते. तो गृहस्थ शेखरकडे पाहत असतो. ट्रंक

ठेवून त्याच्या पाया पडतो.)

शेखर : अहो, हे काय करता?
धडपळे

गुरुजी : धन्य मी! कृतार्थ मी!

शेखर : (त्याला न्याहाळत) आपला परिचय?

गुरुजी : परिचय कसला? मी एक सामान्य जीव! जात नाही, पात नाही, असा एक सामान्य जीव!

शेखर : जीव!

गुरुजी : अहो, सरकारी धोरणच आहे ते! या देशाचा नागरिक म्हणून मी ते कटाक्षानं पाळतो. ते पाळायलाच हवं!

शेखर : कसलं धोरण?

गुरुजी : तुम्हांला माहीत असायला हवं! यापुढं जातीचा, धर्माचा अभिमान आपण टाकायला हवा. मी ना हिंदू, ना मुसलमान, ना पार्शी, ना ख्रिश्चन, ना बुद्ध! मी नुसता जीव! एक जंतू!

शेखर : असे वळवळू नका. सरळ सांगा...

गुरुजी : या जीवाला धडपळे गुरुजी म्हणतात.

शेखर : ते पटलं. पण करता काय?

गुरुजी : सेवा! सेवाश्रमाचं कार्य!

शेखर : (ट्रंकेकडे बोट दाखवत) ही ट्रंक कसली?

गुरुजी : ही ट्रंक नव्हे. ठेव आहे ही! ही त्या आपल्या ताईंची! तिला माहेरी पोहोचवायला आलो होतो. सगळीकडं भटकत होतो ही ठेव घेऊन हातात. आता माउलीला घर मिळालं. आश्रय मिळाला घरात. नाहीतर असाच भटकणार होतोरानोमाळ तिच्यासह. जळी, स्थळी या विशाल भूमीवर मिळाला असता आसरा कुठंतरी. तिला आश्रय मिळेपर्यंत आम्ही ही ठेव खाली ठेवली नसती.

शेखर : आपण कुठंही जा! ती ट्रंक ठेवून वा घेऊन!

गुरुजी : अहाहा! काय निर्मळ, सात्त्विक भाव! जे का रंजले गांजले। त्यासि म्हणे जो आपुले। ऐसा हा मानव देह। पाहिला मी डोळां। भक्ताशी अलंछन। क्रोधाशी समर्पण। तैसा भावुकही भावावीण। बंधु माझा। अहाहा!

(शेखरला मिठी मारतो. शेखर मिठी झटकून बाजूला होतो.)

शेखर : अहो, हे चालवलंय् काय? बोलता काय?

गुरुजी : मी बोलत नाही. मी बोलत नाही, बरं! आपुलिया बळे, मी कैसा बोले? बोलविता धनी तूच माझा. मी आज बेभान आहे. गेली वीस वर्षं मी आश्रम चालवीत होतो. आज सार्थक झालं. आज परमेश्वरदर्शन घडलं. धन्य मी! कृतार्थ मी!

(गुरुजी पुढे जाऊ लागतात. शेखर भिऊन किंचाळतो.)

शेखर : नंदिनीऽऽ

(नंदिनी धावत बाहेर येते.)

तू यांना ओळखतेस?

(नंदिनी हसत होकारार्थी मान हलवते.)

मग हे प्रकरण तुझं तू निस्तर.

नंदिनी : गुरुजी, हे माझे पती, मेजर चंद्रशेखर, मी विसरूनच गेले, तुम्ही बाहेर आहात, ते!

गुरुजी : आनंदाच्या प्रसंगी असंच होतं, मुली! परिचयाची काही गरज नव्हती. हा परिचय खोटा. मघा जे ऐकलं, तो खरा परिचय! हा परिचय या देहाइतकाच खोटा. क्षणभंगुर, नाशिवंत!

शेखर : नंदिनी...

गुरुजी : भाऊसाहेबऽऽ

शेखर : (चिडून) मी भाऊसाहेब नाही.

गुरुजी : चुकलं! कर्नलसाहेब...

शेखर : कर्नल नव्हे, मेजर.

गुरुजी : तुम्ही पायानं मेजर असाल. पण मनानं कर्नलच! सम्राट! (हसतात. पण कुणी हसत नाही.)

नंदिनी : गुरुजीऽ

गुरुजी : मुली, तुझे उपकार कसे विसरणार मी!

नंदिनी : माझे कसले उपकार?

गुरुजी : नाहीत कसे? तू नसता दाखवला धीर, मिळालं असतं का कमलला हे घर? जीवनामध्ये वाट चुकलेल्या, हरवलेल्या अशा अनेक अभागिनी येतात. पण त्यांना मिळत नाही घर. त्या बनतात बिचाऱ्या निराश. हळू हळू...

नंदिनी : गुरुजी...

गुरुजी : कमलसारखी मुलगी. बुद्धीनं, गुणानं चांगली; पण दुर्दैवानं फसलेली.

आश्रमात फार काळ राहिली असती, तर जीवनातली विफलता, असहायता यांनी तिचं मन गेलं असतं बदलून. माणसाला नुसता आश्रय चालत नाही. जगायला लागतं प्रेम! जिव्हाळा! (नंदिनीकडे बोट दाखवत) हिला मी तेच सांगत होतो. तिनं ते ऐकलं. धीर करून तिला मिळवून दिलं.

(शेखर अस्वस्थ बनलेला.)

नंदिनी : गुरुजी, तुम्हांला वेळ होईल.

गुरुजी : हां, विसरलोच, मुली! इथं थांबण्याचं माझं प्रयोजनच काय? मला हवं जायला. कमलला जय विट्ठल सांग. जपा तिला. फार सोसलंय् तिनं. शरीराचे घाव भरून निघतात; पण बुजत नाहीत मनाचे घाव, भाऊसाहेब!

शेखर : अं!

गुरुजी : नाही, कर्नलऽ... काय असाल, ते! येतो मी. जय विट्ठल!

(धडपळे गुरुजी धडपडत जातात. शेखर सुस्कारा सोडतो. नंदिनी हसते.)

शेखर : कोण हे धडपडे गुरुजी?

नंदिनी : भोळे आहेत. मनानं कनवाळू आहेत. यांनीच कमलला आश्रय दिला.

शेखर : आणि हे आश्रम चालवतात?

नंदिनी : हो! यांची बापूजींवर भारी श्रद्धा! त्यांना गुरू मानून त्यांनी मंत्राचा हट्ट धरला. या माणसाची समजूत काढण्यासाठी बापूजींनी 'पतितोद्धार' हा मंत्र दिला. त्या दिवसापासून हे कार्य चालू आहे.

शेखर : त्या धडपडे गुरुजींनी...

नंदिनी : धडपडे नव्हे; धडपळे...

शेखर : काय असेल, ते! त्यांनी ती कमलची ट्रंक ठेवली आहे, तेवढी घेऊन जा.

(नंदिनी ट्रंक उचलते. ट्रंक एकदम हलकी असते. दोन पावलं जाताच ट्रंकेचे झाकण उघडते. एक जुने पातळ बाहेर पडते. आत दुसरे काहीही नसते. नंदिनी शेखरकडे पाहते. तोही आश्चर्याने नंदिनीकडेच पाहत असतो. त्याच वेळी नंदिनीची नजर आतल्या दरवाज्याकडे जाते. कमल दारात उभी असते. दोघेही गडबडतात.)

नंदिनी : (कमलकडे पाहत) ट्रंक आणत होते. एकदम झाकण उघडलं. एवढंच सामान?

(शांतपणे कमल पुढे येते. शेखरच्या हातातले लुगडे घेते. ट्रंकेत ठेवते. ट्रंक मिटते. नंदिनीकडे पाहते.)

कमल : आईचं लुगडं आहे ते. मायेची सोबत तेवढीच राहिलेय्. बाकी काही शिल्लक नाही. नुसती रिकामी ट्रंक आहे.

(कमल ट्रंक घेऊन आत जाते. नंदिनी शेखरकडे पाहते.)

शेखर : नंदिनी! पापसुद्धा पुण्याच्याच आधारानं जगतं, बघ. आईचं पातळ! नंदिनी, तू आईला भेटली होतीस ना?

नंदिनी : हो! त्यांनीच बोलावून घेतलं होतं.

शेखर : तिचं रूप आठवतं?

नंदिनी : ते कसं विसरेन?

शेखर : तू... ती... (आत बोट दाखवत) अगदी आईसारखी दिसते, नाही? (खिन्नपणे हसतो.) आईचं रूप घेतलं... तसेच तिचे गुण घेतले असते, तर...?

(रंगमंचावरचे दिवे हळू हळू विझतात. वाद्यांचा आवाज ऐकू येतो. दिवे प्रकाशमान होतात. रॉकिंग चेअरवर कमल वाचत बसलेली आहे. शेखर आतून येतो. त्रासलेला. घड्याळात नऊचे ठोके पडतात. शेखर संतापाने कमलकडे पाहतो. शेखरला पाहून कमल गडबडीने आत जाते.)

शेखर : नंदिनीऽऽ

(नंदिनी बाहेर येते.)

नंदिनी, तिला सांग, माझ्या समोर येत जाऊ नको, म्हणून!

नंदिनी : शेखर, असं काय वागतोस? एकदा ती आपल्या घरात आल्यावर...

शेखर : तू आणलंस. मी नव्हे. ती तुझी पाहुणी असेल. माझी नाही. अं हं! या विषयावर परत चर्चा नको आहे. कृपा कर माझ्यावर...

नंदिनी : राहिलं! ती माझीच पाहुणी! सांगेन मी तिला. झालं? (विषय बदलते) पण अजून आपले कलावंत कसे आले नाहीत?

शेखर : कुठं रमलेत, कुणास ठाऊक!

(मोहन आत येतो. अंगात रंगीत शर्ट, पायांत रंगीत विजार आहे.

पांगुळगाडा । १३

केस वाढलेले. हातात एक फुलांचा गुच्छ. एक पॅकेट आणि भलीमोठी चौकट आहे.)

मोहन : बंदा हजर आहे...

शेखर : बेट्याला शंभर वर्षं आयुष्य आहे!

मोहन : त्या शंभर वर्षांचं नंतर हवं ते करीन, पण तुझी शंभरी भरली आहे, बघ...!

(नंदिनी हसत पुढे जाते. मोहनच्या हातातील गुच्छ, पॅकेट, चौकट काढून घेते. बाजूला ठेवते.)

नंदिनी : काय आणलंस एवढं?

(हुश्शऽ म्हणून दमलेला मोहन एकदा दोघांच्याकडे पाहतो. ठेवलेल्या सामानाकडे पाहतो. त्यातला पुष्पगुच्छ उचलतो. तो अदबीने नंदिनीकडे करतो.)

मोहन : मादाम, हॅपी बर्थ- डे टु यू!

(गुच्छ देऊन स्वत:च टाळ्या वाजवतो. दुसरं पॅकेट उचलून तिच्या हाती देतो.)

हा बर्थ- डे केकऽऽ...

शेखर : (चौकटीकडे बोट दाखवत) ते काय?

मोहन : उगीच नाक खुपसू नको. वाढदिवस आहे हिचा. मादाम, हे वाढदिवसाचं प्रेझेंट. माझं पेंटिंग. बोल, शेखर, मला मॅनर्स नाहीत, म्हणत होतास ना! फुलं, केक आणि पेंटिंग आणलं, की नाही?

शेखर : खरंच, उपकार केलेस, बघ! हे आणलंस खरं, पण ही काय यायची वेळ? नऊ वाजून गेले.

नंदिनी : केवढा उशीर केलास?

मोहन : बाई, ग, मी काही तुझाच तेवढा गुलाम नाही. आणखीन् एक मालक आहे माझा.

नंदिनी : कोण?

मोहन : आमची मिनी! तिच्या पण मैत्रिणीचा वाढदिवस होता. तो आटोपूनच इकडं आलो.

नंदिनी : कुठं आहे ती?

मोहन : येईल! वरती देशपांडे राहतात ना, त्यांची मुलगी हिची मैत्रीण झालेय्. कालच, म्हणे!

(तिघे हसतात. मोहन एकदम स्तब्ध होतो. दोघांकडे पाहतो.)

मोहन : अच्छा! चलतो मी...

नंदिनी : म्हणजे काय? जेवायला थांबणार नाहीस?

मोहन : अंहं!

शेखर : का?

मोहन : रागावलोय् मी तिच्यावर. जगात खानावळी काय ओस पडल्या, म्हणून काय हिच्या घरी जेवायला आलोय्?

नंदिनी : अरे, पण एवढं रागवायला काय झालं?

मोहन : काय झालं? मला विचारतेस? मूर्ख!

नंदिनी : अरे, पण...

मोहन : काही बोलू नको. एवढं कौतुकानं माझं पेंटिंग आणलं. पण साधं उघडून बघण्याचे मॅनर्स नाहीत. आणि, म्हणे, मला मॅनर्स नाहीत...

(नंदिनी हसते. चौकटीकडे जाऊन ते उघडू लागते.)

नंदिनी : खरंच चुकलं. आय एम सॉरी!

(नंदिनी चित्र उघडते. हातांत धरते.)

खरंच छान आहे!

मोहन : इडियट! अग, उफराटं धरलंस ते!

(सारे हसतात. चित्र सारखं धरलं जातं. सारे चित्राकडे पाहत असतात.)

आता दातखीळ का बसली?

शेखर : चित्र छान आहे. आता सांग बघू, काय आहे, ते!

मोहन : चित्राचं नाव आहे : 'प्रेम' Love!

नंदिनी : हे प्रेम?

मोहन : नीट बघ! ही निळी धूसर बॅकग्राऊंड आहे ना, तो आहे अवकाश. आणि त्यात दोन गुलाबी कळ्या आहेत. बाकी काही नाही. प्रेमिकांचं जीवन असंच असतं. या जगात फक्त ती दोघंच असतात. एकमेकांच्या रूपांत हरवलेली. जगाची जाण नसलेली. तुम्हां दोघांसारखी!

(शेखर नंदिनीच्या खांद्यावर हात ठेवतो. दोघे एकमेकांकडे पाहतात.)

शेखर : थँक यू सो मच्!

मोहन : अरे, तुमच्याकडंच पाहून हे चित्र सुचलं मला.

नंदिनी : बघ, तुझ्या पायाला काय लागलंय्, ते!

(मोहन खाली पाहतो.)

मोहन : कुठं काय?

(नंदिनी हसते.)

नंदिनी : काही नाही. कुठं तरी आमच्या संसाराला दृष्ट लागू नये, म्हणून म्हटलं मी...

मोहन : बायका त्या बायकाच! शिकल्या, म्हणून काय झालं? तुझ्या संसाराला माझी दृष्ट लागायची नाही. लागली, तर ती याचीच लागेल...

शेखर : माझी! आणि माझ्या संसाराला? (हसतो)

मोहन : दृष्ट लागते, ती नजर वाईट असते, म्हणून. तुझ्यासारखी!

शेखर : अरे, चल! म्हणे, माझी नजर वाईट! जग एवढं सुंदर आहे आणि चित्रं कसली काढता (चित्राकडे बोट दाखवून) असली? हा दृष्टिदोषच बरं!

मोहन : हे, हे चित्र वाईट?

शेखर : अरे, कसली ही चित्रं आणि कसल्या कल्पना! या चित्रातल्या उभ्या ओंगळवाण्या रेघोट्या रेघोट्या काय! रंग काय! आणि अर्थ काय... व्वाऽऽ!

मोहन : या, या माझ्या चित्रात तुला प्रेम दिसत नाही?

शेखर : टु बी फ्रँक, नो!

मोहन : दुर्दैवी आहेस!

नंदिनी : चर्चा नको! (चित्र उचलते. निरखते) खरंच चांगलं आहे. आम्हांला आवडलंय्. आत्ताच ते आमच्या रूममध्ये लावते...

(शेखर सतारीकडे पाहत असतो.)

मोहन : (नंदिनीला) खरंच चित्र आवडलं?

(शेखर वळून दोघांकडे पाहतो.)

नंदिनी : (हसते) आवडलं, म्हणून नव्हे. तू काढलंस, म्हणून!

(शेखरने सतार पेललेली असते. तो तरफेवरून जोराने बोटे फिरवतो. दोघे शेखरकडे पाहतात. नंदिनी चित्र घेऊन आत जाते.)

मोहन : आमच्या चित्रकलेची वाट लागली. (सिगारेट काढून पेटवत शेखरकडे पाहतो.) अरे, तुझं असं एक पेंटिंग तयार करायला हवं...

शेखर : (हसतो) का, प्रदर्शन करायचं आहे?

मोहन : बरी आठवण झाली, उद्या संध्याकाळी मोकळी वेळ ठेव.

शेखर : का, रे?

मोहन : उद्या प्रदर्शन आहे. माझीही तीन चित्रं आहेत त्यात.

शेखर : खरं सांगू? मला त्यातलं काही कळत नाही. ती उघडीनागडी चित्रं. चार-चौघांत बघताना आपलं मन बिचकतं.

मोहन : त्यात बिचकण्यासारखं काय आहे? नग्नता रेखाटणं एवढं सोपं नाही वस्त्रांकित शरीर जेवढं सुंदर दिसतं, ते विवस्त्र करून दिसत नाही. चित्रकाराला याचा अनुभव सदैव येतो. निसर्गचित्र किंवा व्यक्तिरेखा काढणं एक वेळ सोपं; पण नग्नता भारी कठीण! बाह्य रूपच नाही, माणसाचे अंतरंगसुद्धा तसेच आहेत. संस्कारांनी लपेटलेल्या मनातून प्रेम, स्नेह, माया, जिव्हाळा प्रतीत होतो. जेव्हा तेच मन या संस्कारांच्या बंधनांतून मोकळं होतं, तेव्हा त्याचं खरं रूप प्रकटतं. स्वार्थी, बलात्कारी...

शेखर : शहाणे आहात! फक्त हिप्पी व्हायचं तेवढं राहिलंय्!

मोहन : हिप्पी! मग त्यात काय वाईट?

शेखर : तुला स्वैराचारी जीवन आवडणारच!

मोहन : तशी कुणाला हौस नसते? आज या जगातली हजारो मुलं-मुली रानोमाळ भटकत आहेत. मिळेल, ते खातात. वाऱ्या-वादळातून, पाऊस-पाण्यातून उघडी फिरतात. हौस म्हणून? त्यांचं दुःख फार मोठं आहे. या विज्ञानाच्या युगाची धावपळ. धर्माच्या नावाखाली चाललेल्या अखंड कत्तली! या सर्वाला ही पिढी विटली आहे...

शेखर : म्हणून गांजा-चरसाच्या नशेत बुडून जायचं?

मोहन : दुसऱ्याचं आयुष्य बरबाद करण्यापेक्षा ते कितीतरी चांगलं! शेखर, ती व्यथा तुला समजणार नाही, कारण तुझ्या आयुष्यात तुला सारं सुख लाभलं आहे. नंदिनीच्या रूपानं...

शेखर : आणि या पायाच्या पांगळेपणानं...

मोहन : या पांगळेपणाचं फार कौतुक करू नको. या जगात पांगळं नाही कोण? सारं जगच या पांगुळगाड्यावर चालतं. दिवस-रात्रीच्या आधारावरच पृथ्वी आपली कक्षा बदलते.

नंदिनी : सारे पांगळे असतील; पण मी नाही.

मोहन : ते जगाला सांग. मला सांगू नको. याला अपवाद नाही.

नंदिनी : मी आहे ना!

मोहन : नाही. याला अपवाद नाहीच! नंदिनी, तुला मूल नाही, हे तुझं पांगळेपण!

(नंदिनी पुतळ्यासारखी स्तब्ध होते. शेखर अस्वस्थ होतो...)

शेखर : (ओरडतो) मोहनऽऽ

मोहन : राग आला? या जगात सत्याचं फार कौतुक केलं जातं; पण सत्य केव्हाच पेलणारं नसतं. असत्याच्या बुरख्याखालीच ते चांगलं दिसतं. प्रत्येकाचं पांगळेपण असतं – जे जपण्यातच माणूस सुखावतो.

शेखर : दुःख जपण्यात! हो, खरं आहे ते.

मोहन : हो ना! तुम्हांला तुमचं दुःख आहे. मला माझं आहे. व्यथा नाही कुणाला? कोणत्या तरी रोगात माणसाची बरगडी काढून टाकण्यात येते. ऑपरेशननंतर माणूस जगात हिंडू-फिरू लागतो. पाहणाऱ्या माणसाला त्याच्यात कोणतीच कमतरता दिसत नाही, पण हरवलेल्या बरगडीची जाणीव फक्त त्यालाच जाणवत असते. प्रत्येकाच्या जीवनात अशा हरवलेल्या बरगड्या असतात.

शेखर : हां! तो हरवलेला जिव्हाळा लपवीतच ते जगतात. जगावंच लागतं. पण दोस्त, हे जीवन त्यांच्या वाट्याला का यावं? कशासाठी?

(शेखर उठतो. काठीचा आधार घेत आत जातो. नंदिनीही जायला वळते. मोहन त्यांच्याकडे पाहत असतो. इतक्यात दारातून मिनी धावत येते. धावत येऊन नंदिनीला बिलगते.)

नंदिनी : किती वेळ केलास, ग?

मिनी : आँटी, माझी मैत्रीण प्रभा आहे ना? तिचा पण आज वाढदिवस होता. खूप गंमत आली...

नंदिनी : गंमत! मला सांग ना!

मिनी : सांगते. तू मध्ये टॉक करू नको.

नंदिनी : राहिलं!

मिनी : आमच्या प्रभाची मदर आहे ना, तिनं तिला छान प्लेटेड स्कर्ट आणला होता. खूप प्रेझेंट तिला आली होती. हाऊ ब्युटिफुल!

नंदिनी : मग तू काय दिलंस?

मिनी : मी ब्युटिफुल लेडीज् पेन दिलं. खूप आवडलं तिला! आज तुझा बर्थ-डे ना, ग?

नंदिनी : हो!

मिनी : तुझी मदर आहे?

नंदिनी : आहे ना!

मिनी : मग ती का आली नाही? तिनं छान छान जेवण केलं असतं. कँडल्स

लावल्या असत्या. पाटावर बसून तुला (हात ओवाळून) असं केलं असतं.

मोहन : (तिच्यासारखे हात ओवाळून) हे असं असं काय? ओवाळलं असतं, म्हण.

मिनी : असू दे!.... तर टेंपलमध्ये नेऊन राऊंड्स घालायला लावले असते. आम्ही पण घातले.

नंदिनी : (हसते) वेडे! राऊंड्स नव्हेत. प्रदक्षिणा! मोहन, कॉन्व्हेंट्मध्ये गेलं, की हे असं होतं, बघ. मिने, आधीच वेळ झालाय्. आत जाऊन बघ. तुझे अंकल काय करतात, ते!

(मिनी आत जाते.)

मोहन : आत बसून काय करतोय्?

नंदिनी : आज स्वारी जरा बिथरलेय्...

मोहन : का? काय झालं? आज तर तुझा वाढदिवस.

नंदिनी : मीच जबाबदार आहे त्याला. शेखरची एक बहीण आहे. कमल. तुला ऐकून माहीत असेल.

मोहन : म्हणजे त्या...

नंदिनी : हो! तीच! दुर्दैवी पोर. फसली गेली. धडपळ्यांच्या आश्रमात ती राहत होती. गुरुजी सारखे माझ्या मागं लागले होते; पण नाव काढलं, तरी हा संतापायचा. रूपानं, गुणानं, चांगली शिकलेली मुलगी. तिचं जीवन वाया जाऊ नये, असं मला वाटायचं. मी घेऊन आले तिला आज...

मोहन : या घरात?

नंदिनी : हो! त्यामुळंच वातावरण जरा तंग बनलंय्. (आत पाहून) कमलऽ कमलऽऽ

(कमल बाहेर येते.)

कमल, हा आमचा मित्र. मोहन. हे जग आमच्या तिघांचंच आहे, म्हटलंस, तरी चालेल. मोहन, ही माझी नणंद. शेखरची धाकटी बहीण, कमल.

(दोघं एकमेकांना नमस्कार करतात.)

मोहन : आपल्याबद्दल ऐकून होतो. आज परिचय झाला.

(कमल शरमेनं मान खाली घालते.)

कमल : तशी खूप प्रसिद्धी मिळालेय् मला.

(क्षणभर सारेच स्तब्ध होतात.)

मोहन : तेवढा अंहकार बाळगण्याचं काही कारण नाही. या जगात मिळणाऱ्या प्रसिद्धीला पंच्याण्णव टक्के वाटा दुसऱ्याचा असतो. हातच्या कंकणाला आरसा कशाला! ती तलवार... ते चक्र... तुमच्या भावानं असा कोणता पराक्रम केला? मरणारे मरून गेले. त्याचं श्रेय याच्या पदरी. नाही म्हणायला पायाला गोळी लागली. तेवढंच...

(कमल हसते.)

नंदिनी : (हसत) पाहिलंस? याची खोपडी नेहमी अशी उलट चालते.
मोहन : (कमलला) बसा ना!

(कमल इझी चेअरवर बसते.)

नंदिनी : कमल, हा मोहन... मोठा चित्रकार आहे.
मोहन : हो! पण यांना माझी चित्रं आवडत नाहीत.
नंदिनी : आवडत नाहीत, नव्हे, समजत नाहीत.

(आतून मिनी धावत येते. तिच्या हातात मोकळे सिगारेटचे पाकीट असते. खुर्चीवर बसलेल्या कमलकडे पाहून दचकते. सावकाश पुढे येते.)

नंदिनी : मिनी, ही तुझी दुसरी आँटी. कमल आँटी.
मिनी : हॅलोऽ (हात पुढे करते.)
मोहन : एऽऽ! अग, असा नमस्कार करावा.

(मिनी नमस्कार करते. कमलकडे एकटक पाहते.)

नंदिनी : ही मोहनची मुलगी. मिनी. मिनी, तुला आँटी आवडली?
मिना : हो! (मोहनजवळ जाते) डॅडी, ही आपल्या मम्मीसारखी दिसते, नाही?

(सारे गंभीर होतात. कमल संकोचून उठून उभी राहते.)

मोहन : माफ करा. अजाणतेपणी ती बोलून गेली. त्याला कारणही तसंच आहे. मिनी चार वर्षांची असतानाच तिनं या जगाचा निरोप घेतला. माझ्या घरी तिचं केवळ एकच पेंटिंग आहे. मीच ते पेंटिंग तयार केलं होतं : 'डेथ ऑन इझी चेअर'. या पोरीला तेवढीच आई माहीत आहे. तुम्हांला या खुर्चीवर बसलेलं पाहिलं आणि ती बोलून गेली.

बेटा, आँटीला सॉरी म्हण...

मिनी : आँटी, आय् ॲम सॉरी...

(कमल तिला जवळ घेते. त्याच वेळी शेखर आतून येतो. कमल पटकन उठते. आत निघून जाते.)

शेखर : नंदिनी, जेवायचं ना!

नंदिनी : त्यासाठी तर मिनीला आत पाठविली होती.

शेखर : आपण सर्व एकदम जेवणार?

नंदिनी : हो, ना! कमल नंतर जेवेल. चालेल ना?

शेखर : ते मला विचारू नकोस.

(सारे हसतात. नंदिनी आत जाते.)

मोहन : शेखरभैया, या नंदिनाचा वाढदिवस कोणाला लाभला नसला, तरी मला लाभला, बघ.

शेखर : तो कसा काय?

मोहन : ते आजचं सरप्राईझ् आहे.

शेखर : सरप्राईझ्? कसलं?

मोहन : (हसतो) हॅव पेशन्स, माय् बॉय!

(त्याच वेळी आतून मिनी येते.)

मिनी : अंकल, डिन्र इज् रेडी!

शेखर : येस् डार्लिंग! कमिंग!

(सारे उठतात. आत जातात.

स्टेज मोकळे होते. दिवे मंदावतात. काळोख पसरतो...

हळू हळू दिवे प्रकाशतात. नंदिनी टेबलावरचे सामान व्यवस्थित लावत आहे. आतून कमल येते. कमल उदास असते.)

नंदिनी : झालं जेवण?

(कमल होकारार्थी मान हलवते.)

एवढ्यात? केक घेतलास ना? मोहननं मुद्दामहून आणला होता.

कमल : किती चांगले आहेत, नाही, ते?

नंदिनी : हं! कमल, चांगलेपणानं राहणं हीसुद्धा एक कला आहे. मोहननं सुद्धा आमच्यासारखाच प्रेमविवाह केला होता. दुर्दैवानं पत्नी गेली.

मोहन एकटा राहिला. मिनीला सांभाळत.

कमल : वैनी, तुला वाईट वाटणार नाही?

नंदिनी : कशाबद्दल?

कमल : तू मला घरात आणलंस, पण ते दादाला आवडेल, असं दिसत नाही. ज्या घरात माणसाला तोंडसुद्धा पाहता येत नाही, तिथं राहण्यात काय अर्थ!

नंदिनी : कमलऽऽ

कमल : वैनी, तू माझ्यासाठी वाईट वाटून घेऊ नको. तू माझ्यासाठी खूप केलंस. पण ते जमलं नाही. मी परत आश्रमात जाईन.

नंदिनी : शेखर बोलत नाही, म्हणून? कमल, जे घडलं, तो नशिबाचा भाग. त्यासाठी तुला कोणी दोष देत नाही. मी शेखरला ओळखते. सतारीइतकंच त्याचं मन नाजूक आहे. ते फार काळ असं टिकणार नाही; याचाही मला विश्वास आहे. ते घडेपर्यंत तुला हे सोसलंच पाहिजे. त्या सोसण्यातूनच तुझं जीवन फुलेल. गावाच्या बोलण्यापेक्षा भावाचं बोलणं जड वाटून घेऊ नको.

कमल : पण माझ्यामुळं तुम्हां दोघांना त्रास?

नंदिनी : तो सोसलाच पाहिजे. आपल्या माणसासाठी त्रास सोसायचा नाही, तर कुणासाठी सोसायचा? तुला माहीत नाही. शेखर बोलला नाही, तरी तुझी आठवण त्याच्या मनातून क्षणभरही हलली नाही; हे मला माहीत आहे. तुझं दुःख, ते आमचं साऱ्यांचंच दुःख!

(आतून शेखर, मोहन येतात. कमल गडबडीनं आत जाते.)

शेखर : पाकशास्त्र निस्तरलं?

नंदिनी : हो!

शेखर : आम्हांला वाटलं की, तुम्हांला वेळ लागेल. त्यामुळं तर आम्ही माझ्या खोलीत बसलो.

नंदिनी : मिनी कुठं आहे?

मोहन : झोपली.

शेखर : अरे मोहन, कसली बातमी सांगणार होतास?

मोहन : हां! आज एक पत्र आलंय्.

शेखर : पत्र?

मोहन : येस्! अकादमीचं.

शेखर : अकादमीचं? कसलं?

मोहन	:	सांगतो! माझ्या चित्रांना नावं ठेवता ना! हे बघा पत्र. चालू वर्षी फ्रान्सला आंतरराष्ट्रीय चित्रप्रदर्शन भरणार आहे. भारतातून तीन चित्रकारांची निवड झाली आहे. त्यांत अस्मादिकांचं नाव आहे.
नंदिनी	:	खरं?
मोहन	:	येस्!

(शेखर आनंदाने उठतो. मोठ्याने ओरडतो.)

शेखर	:	ब्रेव्हो! काँग्रॅच्युलेशन!
मोहन	:	मग सांग बघू! हे पत्र मिळालं, मला माहीत होतं, आज तुझा वाढदिवस. मी थोडा विचार करीत होतो. जावं, की न जावं! मग वाटलं...
नंदिनी	:	काय?
मोहन	:	जावंच! तुमचा आनंद वाढेल.
नंदिनी	:	थोडं तरी शहाणपण वेळेवर आलं, म्हणायचं!
शेखर	:	फार चांगलं केलंस, आलास, ते! लेट्स् हॅव अ टोस्ट! लेट अस् सेलिब्रेट!!
मोहन	:	(नंदिनीकडे पाहत) अंह! नो ड्रिंक्स!
नंदिनी	:	(हसते) कॉफी...
मोहन	:	नो ड्रिंक्स, आय् से! नियम, म्हणजे नियम.
शेखर	:	चांगलं सिलेक्शन कर, बाबा! नाहीतर कसली तरी चित्रं निवडशील.
मोहन	:	ते जाऊ दे, रे. चित्रं पाठविणं जमणार नाही. पण तिघांत नाव आलं, हे काय थोडं झालं? बस्स, आपण त्यावर खूश!
शेखर	:	नॉन्सेन्स! चित्रं पाठविणार नाही, म्हणजे काय?
मोहन	:	अरे, त्यात भानगडी फार. जुनी चित्रं चालणार नाहीत. नवीन काढायला हवीत.
शेखर	:	मुदत नाही?
मोहन	:	अजून महिना आहे!
शेखर	:	मग अडलं कुठं?
मोहन	:	लढाईला जाऊन गोळी लागून पडण्याइतकं सोपं नाही ते! राजा, पेंटिंग्ज तयार झाली की, त्यांचा विमा, त्यांचं पॅकिंग, तिथली एंट्री... खर्च थोडा नाही. ते आपल्याला परवडायचं नाही.
शेखर	:	अरे, पण असा खर्च कितीसा येणार?
मोहन	:	सहज दोन-तीन हजार!
शेखर	:	अरे, एका पेंटिंगची तेवढी किंमत येईल.

मोहन : येईल, तेव्हा येईल. पण सध्या... (खिसे बाहेर काढतो.)

शेखर : आणि अकादमी काही करीत नाही?

मोहन : भैया, हा आपला देश आहे. पाय लंगडा झाल्याखेरीज कोणी चक्र देत नाही. या देशात कलावंत मेला, की पुतळे उभे करतात. जिवंत असता कोणी नरोटीसुद्धा हाती देत नाही.

शेखर : हे बघ, मोहन! हा चक्रमपणा खूप झाला. उद्यापासनं कामाला लाग. आपण करू काही तरी व्यवस्था!

मोहन : बघ हं, बदलशील!

शेखर : अरे, चल! दोस्ती में हमसे दुश्मनी न डाली जायेगी..

मोहन : सुरेख शेर सांगितलास. पुढचा भाग..

शेखर : आठवत नाही.

मोहन : मला आठवतो ना!
दोस्ती में हमसे दुश्मनी न डाली जायेगी।
अगर माँगोंगे उधार, जनाब,
तो जुबाँ खाली जायेगी।

शेखर : भंकस! अरे, पानठेल्यावरचा शेर ऐकवतोस? मला?

(सारे खळखळून हसतात.)

मोहन : बाकी, हिच्या वाढदिवसाचा गुण चांगला!

नंदिनी : छान! आणि माझा गुण काहीच नाही, वाटतं?

मोहन : तो पाहायचा.

नंदिनी : म्हणजे?

मोहन : चित्र पाठवीन, बक्षीस मिळतं का, बघायचं.

शेखर : आणि मिळालं, तर?

मोहन : गोल्ड मेडल तुझं!

शेखर : बघ हं!

मोहन : त्यासारखा आनंद नाही. अच्छा, मिनीला उठवतो.

नंदिनी : झोपलीय्, तर झोपू दे ना! सकाळी ने.

मोहन : ठीक! गुड् नाईट!

(मोहन जातो. नंदिनी दरवाजा लावते.)

शेखर : बारा वाजले. (नंदिनीला) तुलाही उद्या कामाला जायचं असेल!

नंदिनी : मी रजा घेतलीय्.

शेखर : रजा! का?

नंदिनी : ही आहे ना! उद्या हिच्यासाठी थोडी खरेदी करायची आहे!

(शेखर एकदम स्तब्ध होतो.)

नंदिनी : रागावलास?

शेखर : नाही. पण मला हे आधी विचारलं असतंस, तर?

नंदिनी : शेखर, मला ते करावंच लागलं. गुरुजींनी माझी पाठच धरली होती. आपलं माणूस...

शेखर : नंदिनी, जाऊ दे, ग. आज तुझा वाढदिवस.

नंदिनी : आज खूप आनंदी आहे मी. या घरात माझं केवढं मोठं स्थान आहे, हे तू मला दाखवून दिलंस.

शेखर : एवढा हक्क आहे?

नंदिनी : त्याला तोड नाही. तो नसता, तर कमलला या घरात घेऊन यायचा धीर मला झाला नसता.

शेखर : नंदिनी, अपंगाचा कसला विश्वास? मी अपंग नसतो, मिळवता असतो, तर...

नंदिनी : शेखर, तू मिळवता होतास, तेव्हाही मी नोकरी करीत होतेच ना! आपण दोघंही नोकरी करून संसार चालवत होतो... आणि आजही तू घरबसल्या पेन्शन घेतोसच ना!

शेखर : त्या भिकेवर जगतो, याचंच मला भारी दुःख आहे.

नंदिनी : कुणीही फुकट भीक घालत नाही, शेखर! त्यासाठी तुला पाय अधू करून घ्यावा लागला.

शेखर : उपकार नाही केले. देशासाठी लढलो, हे का उपकार? कमलला घरात घेतली, हे का उपकार? पुरुषाचं जीवनच निराळं. त्याचा अहंकार, पुरुषत्व सारं त्याच्या कर्तबगारीवर अवलंबून असतं.

नंदिनी : शेवटी पैशातच मोल ना!

शेखर : नाही, नंदिनी! पैशाचं मोल मला कधीच वाटलं नाही. तू चारशे मिळवतेस. मला या स्थितीत शंभर मिळाले, तरी मी ती नोकरी करीन. आपल्या संसाराची आवक पाचशे समजेन. त्यात मला कमीपणा वाटणार नाही. पण हे जागेला बसून राहणं... काही न करता... चल, नंदिनी; लेट् अस कॉल इट् ए डे!

(शेखर उठतो. काठी टेकत जातो.)

नंदिनी : कमलऽ कमलऽऽ

(आतून कमल येते.)

नंदिनी : काही हवंय् तुला?

(कमल नकारार्थी मान हलवते.)

आपण उद्या बाजारात जाऊ. तुला आवश्यक त्या वस्तू घेऊ.

(कमल होकारार्थी मान हलवते.)

कमल, आमच्याकडं राहायला तुला आवडेल ना?

कमल : खूप! वहिनी, खूप सुखी घर आहे हे. एक विचारू, वहिनी?

नंदिनी : विचार.

कमल : रागावणार नाहीस?

नंदिनी : अं हं!

कमल : तुझं दादावर खूप प्रेम आहे, नाही?

नंदिनी : (हसते) प्रेम हा शब्द खूप अपुरा आहे. कॉलेजमध्ये आम्ही होतो ना, तेव्हा ते प्रेमात पडणं की, काय म्हणतात ना, ते घडलं. आम्ही लग्न केलं. तुझ्या आईचा, माझ्या घरच्या माणसांचा खूप विरोध होता. खरं सांगू? इतकी वर्ष झाली; पण ते कधी जाणवलंच नाही. थोडे कष्टाचे दिवस गेले.

कमल : कसले?

नंदिनी : यांना सैन्यात भरती व्हायची लहर आली. हे फौजेत दाखल झाले. तो वियोग भारी जाणवायचा. देवाला मी दररोज प्रार्थना करायची. त्यानंच ऐकलं, की काय, कोणास ठाऊक! हे जखमी होऊन परत आले. आता तुझ्या दादाला पळून जातो, म्हटलं, तरी जाता यायचं नाही.

कमल : (हसते) म्हणूनच एवढं समाधान, आनंद तुमच्या जीवनात आहे. ते मोहनसुद्धा केवढे आनंदी दिसतात.

नंदिनी : आनंदी नव्हे, समाधानी. त्यांचा संसारही असाच सुखाचा होता. तो मोडला, तरी नुसत्या त्या आठवणींवरही खूप चांगल्या तऱ्हेनं जगता येतं. जीवनात आलेले सुखाचे क्षण असेच जपून ठेवावेत. आपण ते नेहमी विसरतो.

कमल : पण सुखाचे क्षण आले, तर ना!

नंदिनी : ते ज्याचं त्यानं ठरवायचं असतं. आपण बायका लहान लहान रंगीबेरंगी कपड्यांचे तुकडे जतन करून ठेवतो. खूप तुकडे जमले,

की ते जोडून दुपटं तयार करतो. त्यांना जुनी पातळांची अस्तरं जोडतो आणि थंडीवाऱ्यात ते पांघरूण अंगावर घेतो. जीवनातले आनंदाचे क्षणही असेच जतन करावेत. त्याचं दुपटं हाताशी असावं. थंडीवाऱ्याच्या वेळेला ते जरूर उपयोगी पडतं.

कमल : नाही, वहिनी! माझ्याजवळ लक्तराखेरीज काही नाही.

नंदिनी : कमल!

कमल : खरं तेच सांगते. मी कधी कुणावर प्रेम केलं नाही. कुणासोबत पळून गेले नाही. तसं घडलं असतं, तर त्या हरवलेल्या प्रेमाची आठवण करीत मी आनंदानं राहिले असते.

नंदिनी : काय, सांगतेस काय? तू प्रेमात पडली होतीस. पळून गेलीस, हे खोटं?

कमल : खोटं! एकदम खोटं! काही खरं नाही...

नंदिनी : मग काय घडलं?

(कमल एकदम दरवाज्याकडे पाहते. भीतीनं शहारते. तोंडावर हात दाबून धरते. मागे सरते. नंदिनी जवळ जाते. तिला सावरते.)

नंदिनी : कमल, भिऊ नकोस. मन एकदम मोकळं कर. भ्यायला काय झालं? मघासुद्धा हेच घडलं. दरवाज्याकडं लक्ष गेलं, की घाबरतेस का?

कमल : काही नाही... (सोडवून घेण्याचा प्रयत्न करते.) सोड मला...

नंदिनी : (कठोर आवाजात) कमलऽऽ, मला सांगणार नाहीस? माझ्यावर विश्वास नाही?

(कमल होकारार्थी मान हलवते. श्वास घेऊन नंदिनीकडे पाहते.)

नंदिनी : कमल, मनात काही ठेवू नकोस. मी आहे तुझ्या पाठीशी. सारं मन मोकळं कर...

कमल : आई गेली... नंतर मी काकांच्याकडं होते... काका फार मोठे आहेत. त्यांना भारी मान आहे. लोक देव मानतात त्यांना. त्यांच्या घरी माणसांची नेहमी रीघ असते. एकदा काका बाहेरगावी गेले होते. घरात खूप माणसं होती. रात्री मी माझ्या खोलीत झोपले होते. अचानक जाग आली. कोणीतरी दार ठोठावत होतं. मी उठले. दिवा मोठा केला. दार उघडलं. दारात कुणीतरी उभं होतं...

(स्टेजवरचे दिवे जातात. एक स्पॉट कमलवर असतो. कमल भीतीने व्याकूळ झालेली. मागे मागे सरकत असते. एकदम वळून ती

धावते. पाठोपाठ कुणीतरी धावतं. कमल खोलीत जाते. पाठोपाठ ती व्यक्तीही जाते. दार लावलं जातं. एक असाहाय्य किंकाळी उठते...

स्टेजवरचे लाईट प्रकाशतात...

हातात तोंड झाकून उभ्या असलेल्या कमलसमोर नंदिनी उभी असते.)

नंदिनी : हे काकांना सांगितलं नाहीस?

कमल : (नकारार्थी मान हलवते.)

नंदिनी : का?

कमल : काय सांगणार? मी कुणाला पाहिलं नव्हतं. काकांची प्रतिष्ठा, काकांचा लौकिक मोठा! त्यांच्या आश्रयानं राहिले, त्यांना केवढा काळिमा लागला असता!

नंदिनी : आणि म्हणून तू त्या घरातून पळून गेलीस?

कमल : (मानेनं हो म्हणते) वहिनी, माझ्या आयुष्यात मी काही पाप केलं नाही. कुणावर प्रेम केलं नाही. लादलेल्या पापाचा हात धरून पळून जाण्यापेक्षा मी कोणताच गुन्हा केला नाही. मला या जगात कोणी उरलं नाही. कोणी नाही... (रडू लागते.)

शेखर : कमल!

(दोघी वळून पाहतात.
शेखर उभा असतो...
त्याचे बाहू पसरलेले असतात...)

शेखर : कमल ऽऽ

कमल : दादा ऽऽ

(कमल धावते. शेखरच्या मिठीत बद्ध होते.
नंदिनी डोळे टिपते.
पडदा पडतो.)

अंक पहिला समाप्त

अंक दुसरा

(स्थळ : तेच.

वेळ : सकाळचे दहा.

काल : अडीच महिन्यांनंतरचा.

पडदा उघडतो, तेव्हा स्टेजवर फक्त कमल आहे. अद्ययावत पोशाखातील. सोफ्यावरील धूळ रुमालाने झटकते आहे. बसते. ट्रान्झिस्टरवर गाणे लावते. तोच आतून फडक्याला हात पुसत नंदिनी बाहेर येते. त्रासलेली असते. तिचं लक्ष कमलकडे जातं. कमल तिच्याकडे पाहून ट्रान्झिस्टरचा आवाज बारीक करते.)

कमल : आज हा हॉल झाडलाच नाही, वाटतं?

नंदिनी : कमल, तू झाडला असतास, तर काही बिघडलं नसतं.

कमल : खरं सांगू? मला असल्या गोष्टींचा भारी कंटाळा, बघ.

नंदिनी : हो! आणि मला झाडलोट करताना, स्वयंपाक शिजवताना, भांडी घासताना भारी आनंद होतो.

कमल : तुझा संसार आहे. आनंद वाटणारच!

नंदिनी : माझा संसार! आणि तुझा नाही?

कमल : भावाचा संसार आपला नसतो, वहिनी! तो तुझाच! कधी तरी माझा संसार उभा राहिला, तर...

नंदिनी : तरच सारं करशील! त्या आश्रमात झाडलोट करताना वर्ष घालवलंस, तेव्हा हे शहाणपण सुचलं नव्हतं?

कमल : वहिनीऽऽ

नंदिनी : चिडू नकोस. बाई ग, सकाळपासून काम करता-करता रडकुंडीला आलेय् मी! मला उगाच छळू नकोस.

कमल : मी छळते?

नंदिनी : कमल, या घरात आल्यापासनं वाचणं, सिनेमा, गाणं यांखेरीज काही सुचत नाही. हे बरं नाही मुलीच्या जातीला.

कमल : सारं कळतंय् मला. तुलाही माहीत आहे, की मला अभागिनीला संसारसुख नशिबी नाही.

नंदिनी : पुरे, बाई! मी परत काही बोलणार नाही. पण ते परत ऐकवू नकोस. मला तेच तेच ऐकून कंटाळा आलाय्.

(त्याच वेळी एस्. बाबूराव आत येतात. पँट, बुश शर्ट, डोईला फेल्ट. फेल्ट काढून तो उभा राहतो. दोघींचं लक्ष त्याच्याकडे जातं. नंदिनी घड्याळाकडे पाहते.)

नंदिनी : बाबूराव, दहा वाजून गेले.

बाबूराव : जरा उशीर झाला खरा. मोटार सायकलमध्ये कार्बन धरला होता. सातला तयार ठेवायला गॅरेजला सांगितलं होतं; पण साल्यांना वेळेची किंमतच नाही.

नंदिनी : पण मी ऑफिसला जाणार, हे तर माहीत होतं?

बाबूराव : बाईसाहेब, एखाद दिवशी होतं असं खरं! चालायचंच!

नंदिनी : चालायचंच! तुम्हांला चालत असेल! मला ते चालणार नाही. अशानं माझी नोकरी टिकायची नाही.

बाबूराव : माझीही!

नंदिनी : काय म्हटलंत?

बाबूराव : असं धारेवर धरून काही व्हायचं नाही. लेबरला ऑनर पाहिजे.

नंदिनी : (सावरते) तसं म्हणत नाही मी. पण शक्य तो वेळ होऊ देऊ नका. मी स्वयंपाक केला आहे. त्यांच्यासाठी टोमॅटो सूप आणि काही तरी भाजी करा.

(नंदिनी आत जाते. बाबूराव तेथेच घोटाळतो.)

बाबूराव : येस्! (आत निघून जातो.)

(कमल विचारात पडते. इतक्यात दरवाज्यावर टक् टक् असा आवाज होतो. ती दचकून मागे पाहते. दार उघडायला जात नाही.

बाबूरावला हाक मारायला वळते. बाहेरून मोहनचा आवाज येतो.)

मोहन : May I come in?

(कमल दार उघडते. मोहन आत येतो. वेश घरचाच आहे. पँटला रंगाचे डाग पडलेले. केस विस्कटलेले. दाढी वाढलेली. कमलकडे पाहत उभा राहतो.)

मोहन : (भानावर येऊन) नंदिनी आहे?

कमल : हाक मारते...

मोहन : हां हां! नको. सावकाश येऊ दे. बरं झालं, घरी सापडली, ती! मला वाटलं, गेली ऑफिसला!

(एकटक कमलकडे पाहत असतो.)

कमल : का! असे बघता काय?

मोहन : सुंदर गोष्टी पाहण्याचा छंदच आहे मला!

कमल : (लाजते. आजूबाजूला पाहते.) इथं सौंदर्य कशात दिसलं तुम्हांला?

मोहन : त्याला चित्रकाराचीच दृष्टी लागते.

कमल : नवचित्रकार शोभता खरे!

मोहन : बरोबर बोललात! माणसाची खरी ओळख पटायला नवचित्रकाराचीच दृष्टी लागते.

कमल : का? जुन्या चित्रकारांना ते जमत नाही?

मोहन : जमलं नाही. ते बाह्यरूपातच अडखळले. रूप टिपणं एवढंच त्यांनी जाणलं. मनापर्यंत ते पोहोचू शकले नाहीत.

कमल : तुम्हांला ते साधलं?

मोहन : साधण्यासाठी धडपड चालू आहे.

कमल : (हसते) लोकांना न पटणारं, न रुचणारं करण्यात तुम्हांला मोठा आनंद वाटतो, नाही?

मोहन : लोकांना सारं रुचतं. पटतं. फक्त समजत नाही.

कमल : मलाही समजलं नाही.

मोहन : सांगतो. आपण कधी वेरूळला गेलात?

कमल : हे पाहा. दादा-वहिनीला तुम्ही नावानं हाक मारता. मलाच अहो, जाहो म्हणायची गरज नाही. तेवढी मी मोठी नाही.

मोहन : मान्य! पण हे तूही पाळ...

कमल : त्या वेरूळचं काय झालं?

मोहन	:	हं! त्या वेरूळमधल्या सर्व मूर्ती तशा भग्नच आहेत. तरीही सारे त्या मूर्ती मोठ्या कौतुकानं पाहत असतात. त्या भग्न असूनही त्यांना त्या सुंदर वाटतात. का? कोणतं सौंदर्य त्यात शिल्लक राहिलेलं असतं?
कमल	:	भग्न झाली, म्हणून काय झालं? मूळचं सौंदर्य...
मोहन	:	तेच म्हणतो मी! ते मूळचं सौंदर्य जाणण्यासाठी सुप्त ताकद प्रत्येक माणसात असते. त्याला ती माहीत नसते, एवढंच. तुमच्या जीवनात हवं ते घडलं असेल! पण तुमच्या मनातला स्नेहभाव, चांगलं पाहण्याची, विचार करण्याची ताकद, यात तुमचं सौंदर्य दडलेलं आहे.
कमल	:	पुरे, पुरे! तुमच्या चित्रकलेचं ज्ञान माझ्या बाबतीत नका वापरू.
मोहन	:	(खांदे उडवत) ठीक! राहिलं!! खरं सांगितलेलं माणसाला आवडत नाही, हेच खरं!
कमल	:	(हसत उठते) चहा घेता?
मोहन	:	चालेल.
कमल	:	(आत पाहून हाक देते) बाबूरावऽऽ

(बाबूराव 'येस्ऽ' म्हणत येतो. त्याच्या हातात लहानसा चमचा आहे. हाफ् पँट, अंगात बनियन, चित्रकाराला पाहून चेहरा वाईट करतो.)

कमल	:	चहा घेऊन या.
बाबूराव	:	एक कप, की...
कमल	:	एकच...
बाबूराव	:	तुम्हांलाही आणतो थोडा.
कमल	:	मला नको.
बाबूराव	:	चहा इंग्रजी, की गावठी?
मोहन	:	बाबूराव, मला चहा हवा. नेहमीसारखा गावठी...
कमल	:	हा गावठी चहा, म्हणजे...
मोहन	:	तुम्ही पिता, तो. इंग्रजी म्हणजे स्वतंत्र चहा, पाणी, दूध, साखर... वेगळं वेगळं. गावठी म्हणजे सर्व घालून तयार करून आणलेला... (कमल हसते) साहेब दीडशे वर्षं राज्य करण्यास कंटाळला नाही. तो गेला, तो यालाच कंटाळून. साहेब गेला, पण आमचा चहा गावठीच राहिला.
कमल	:	आणि काहींचा वेशही...
मोहन	:	घ्या बोलून. बाईसाहेब, आम्ही काय मंत्री आहोत, ते दररोज भट्टीचे कपडे वापरणार! भारतीय पोशाख इतका परवडणारा नाही. ही पँट

बघ. एवढी मळलेय्, तरी चालते. तशी विजार, धोतर चालत नाही...

कमल : पण स्वच्छता राहते ना!

मोहन : त्याच्याशी आपलं नातं नाही. हे स्वच्छतेचं वेड त्या गुरुजींनी शिकवलं, वाटतं! जय विठ्ठल!

कमल : तुम्हांला काय माहीत? नंदिनीवहिनीनं सांगितलं, वाटतं!

मोहन : आम्हां तिघांमध्ये चोरून काही नसतं. आणि ते गुरुजी म्हणाल, तर जगजाहीर आहेत. फंड गोळा करीत फिरणारे सारेच जगाच्या परिचयाचे असतात. अगदी भिकाऱ्याच्याही!

कमल : कुणाबद्दल चांगलं बोलता येतच नाही का तुम्हांला? बिचारे एवढं थोर कार्य करतात. त्यांची अहवेलना!

मोहन : त्यांची अवहेलना मी कशाला करू? तेच करून घेताहेत आपली आपण. आणि थोर कार्य कसलं? पतितोद्धार हेच ना!

कमल : मोहन! (तोंड फिरवते)

मोहन : माफ करा. माझा त्यावर विश्वास नाही.

कमल : पतिताबद्दल कोणीच विश्वास बाळगत नाही. तो तुम्ही तरी का बाळगावा?

मोहन : गैरसमज करून घेता आहात. या जगात कोणीही पतित नाही. आणि कसलंही पाप नाही. पाप असलंच, तर ते प्रत्येकाच्या अजाणपणाचं! अडाणीपणातून जन्मलेलं.

कमल : नवे शोध लावता, वाटतं!

मोहन : नाही. हे सर्व जुनेच आहेत. सरळ विचारतो. उत्तर द्याल?

कमल : हो.

मोहन : तुम्ही पाप केलं होतं?

कमल : अं!

मोहन : तुम्ही पाप केलं होतं काय?

कमल : (नकारार्थी मान हलवते)

मोहन : मग त्या आश्रमात का गेला होता?

कमल : मग कुठं जाणार?

मोहन : तेच म्हणतो मी! हेच ते अडाणीपण. जे प्रत्यक्षात पाप नाही, त्याला पाप म्हणायचं आणि नंतर त्याला गोंजारण्यासाठी संस्था काढायची. सोयी मागत नसता लोकांना सुधारणा द्यायच्या आणि नंतर त्यांवर कर लादायचे. मत देण्याचा हक्क न मागताही मत, वयाच्या पट्टीनं द्यायचं आणि बहुसंख्य सुजाणतेवर अज्ञानीपणाचं राज्य चालवायचं. संसारसुख मिळेलच, याची शाश्वती नसताही सुखाचा संसार करण्यासाठी

माणसांना लग्नबंधनानं एकत्र आणायचं. जखडून ठेवायचं. दुर्दैवानं त्यांचं पटेनासं झालं, तरी त्यांनी त्यातच आयुष्य काढलं पाहिजे. ती बंधनं झुगारली, की ते झालं पाप!

कमल : तुम्ही धर्म मानत नाही?

मोहन : जरूर मानतो! पण तो माणुसकीचा! जिथं ते बंध तुटतात, तिथं माझा धर्मही सुटतो. संपतो. पटेनासा होतो.

कमल : मग धर्मातलं पटतं तरी काय?

मोहन : आईच्या प्रेमासाठी कैलासाला हात घालणारा, सहा महिने सीता हातांत असूनही तिच्यावर जुलूम न करणारा रावण मोठा वाटतो.

कमल : आणि राम?

मोहन : राम! पुष्कळ गल्लत वाटते. सीतेला सोडवून आणल्यानंतर, तिनं अग्निकाष्ठ भक्षण केल्यानंतर, प्रत्यक्ष सूर्यानं तिच्या निष्कलंकतेची ग्वाही दिल्यानंतरच रामानं तिचा स्वीकार केला. पण सीतेला काय मिळालं? राज्यावर आल्यावर गर्भवती असता एक परीट कुजबुजतो काय आणि प्रभु रामचंद्र त्या गर्भवती सीतेचा त्याग करतात काय! मग त्या अग्निदिव्याला, सूर्यदेवाच्या ग्वाहीला अर्थ तो काय? तेच कशाला? गौतम ऋषी एवढे ज्ञानी, फसवं रूप घेऊन देवेंद्रानं अहल्येला फसवलं; हेही त्यांनी जाणलेलं. पत्नीचा अपराध काय? ती सर्वज्ञ नव्हती, हाच ना! पण तिला शिळा व्हावं लागलं. आणि त्या पतितेचा उद्धार होतो प्रभु रामचंद्राच्या पदस्पर्शानं!

कमल : तुम्ही श्रद्धाहीन आहात.

मोहन : (हसतो)

कमल : का? का हसलात?

मोहन : काही नाही.

कमल : नाही कसं?

मोहन : जयंती हेच म्हणाली होती.

कमल : जयंती? कोण जयंती?

मोहन : माझी पत्नी. तिला असाच राग यायचा... आणि एकदा श्रद्धा म्हटलं, की त्याला उत्तर नाही.

(आतून बाबूराव चहाचा ट्रे घेऊन येतो. चहाचा कप उचलून मोहनच्या हाती देतो. दुसरा कमलच्या हाती देतो. ट्रे टेबलावर ठेवून खिशातून डायरी काढतो. डायरीत नोंद करतो.)

कमल : बाबूराव, काय करता? डायरीत काय लिहिता?

(बाबूराव नकारार्थी मान हलवत लिहीत राहतो. डायरी, पेन्सिल खिशात ठेवतो.)

बाबूराव : डायरी नव्हे. एक्स्ट्रा ड्यूटी!

कमल : एक्स्ट्रा ड्यूटी! कसली?

बाबूराव : हा चहा आणला ना! माझं काम फक्त स्वयंपाकाचं. त्याहून अधिक जे काम करावं लागतं, त्याचे जादा पैसे मालकांना द्यावे लागतात.

कमल : मला हे माहीत नव्हतं. नाहीतर मी स्वत:च केला असता ना!

बाबूराव : बरं! एक वेळ तुमच्यासाठी म्हणून ही एक्स्ट्रा ड्यूटी कॅन्सल!

(डायरी उघडून खोडतो.)

मोहन : कमल, ह्या बाबूरावांची लहर लागली, तर मोगलाई स्वैपाक एकदम फर्स्टक्लास!

बाबूराव : साहेब, लहर लागली, तर नव्हे! सर्व सामान घरी असलं, तर! ज्या घरात डालडा मिळत नाही, तिथं तूप कुठलं मिळणार? मग घालावी लागते सत्यनारायणाची पूजा!

कमल : (मोठ्याने हसते) सत्यनारायणाची पूजा घातली, तर घरात मोगलाई होते?

बाबूराव : (हसतो) कधी सत्यनारायणची पूजा ऐकलीत?

कमल : हो! ऐकलेय् की.

बाबूराव : मग बामण काय सांगतो, आठवा की. गरा नसेल, तर रवा; रवा नसेल, तर तांदूळ; तांदूळ नसेल, तर कण्या; साखर नसेल, तर गूळ! तशीच होते मग आमची मोगलाई!

(मोहन, कमल हसतात.)

मोहन : खरं आहे तुमचं, बाबूराव.

(बाबूराव खूश होतो.)

बाबूराव : थँक्यू, साहेब! साहेब, तुमची चित्रं बघितली.

मोहन : कुठली?

बाबूराव : आर्टिस्ट गॅलरीत.

कमल : तुम्ही कशाला गेला होता?

बाबूराव : परवा रीगलला जेम्स बॉण्ड होता. त्यो सिनेमा बघितला.

कमल : (आश्चर्याने) तुम्ही जेम्स बॉण्ड बघता?

बाबूराव : नुसता बघत नाही, वागतोही! येताना मग गॅलरीत गेलो. संगं बायकोही होती. म्हटलं, चल. दावतो चित्रं. फुकटची गंमत!

कमल : मग बघितली?

बाबूराव : बाकी काय आवडलं नाय आपल्याला. रंगानं सारवल्यागत सारी चित्रं. पण ती उघडी बाई एकदम फर्स्टक्लास! कुठलीबी वडारीण बघावी, तसं.

(कमल हसते.)

मोहन : कमल, नवचित्रकला समजत नाही म्हणतात ना! त्या चित्राला नाव काय माहीत आहे? रॉ लाईन! तेच सांगितलं त्यानं, त्याच्या भाषेत.

(आतून नंदिनी येते.)

नंदिनी : बाबूराव, बरशेनवर जळत काय ठेवलंत?

बाबूराव : (जीभ चावत) साहेबऽ

मोहन : काय, साहेब...?

बाबूराव : नाही... साहेबांची भाजी...

नंदिनी : मग इथं काय गप्पा मारीत थांबलास?

बाबूराव : गप्पा नाही. ड्यूटीवर होतो. सायबांना चहा दिला.

(चहाचे कप, ट्रे तीन खेपा घालून घेऊन जातो.)

कमल : भारीच ऐट दाखवतो.

नंदिनी : ऐट त्यालाच नाही. साऱ्यांनाच आहे. नाही, ती मलाच! मोहन, केव्हा आलास?

मोहन : तास झाला. तुमचा मेकअप् चालला होता.

नंदिनी : तेवढी श्रीमंत नाही मी. एवढी धावपळ करून लेट होणारच!

कमल : मी तुमच्याबरोबर येऊ?

नंदिनी : कुठं? ऑफिसला?

कमल : नवीन ब्लाऊज् टाकलेत ना शिवायला? आज देतो म्हणाला होता...

नंदिनी : बाई ग, साडेदहा झाले. आता वेळ नाही मला. संध्याकाळी जाऊ.

मोहन : मी तुला न्यायला आलोय्...

नंदिनी : मला? कुठं?

मोहन : माझं चित्र तयार झालंय्. प्रदर्शनाचं पहिलं चित्र. तुम्ही बघायला हवं. शेखर कुठं आहे?

नंदिनी : सध्या नोकरीचा शोध चालू आहे ना! सकाळीच बाहेर पडलेत.

मोहन : बरं! तू चल.

नंदिनी : आता नको, रे. कामावर जायला वेळ होईल.

मोहन : शहाणीच आहेस. अग, इझेलवर तसंच चित्र ठेवून आलोय. कपडेसुद्धा बदलले नाहीत. पहिल्यांदा तूच बघायला हवंस.

(कमल त्यांच्याकडे रोखून बघत असते.)

नंदिनी : मला काय कळतंय् त्यातलं?

मोहन : ते चालणार नाही.

नंदिनी : पण मला जास्त वेळ नाही.

मोहन : त्याची काळजी करू नकोस. माझी स्कूटर आहे. आपण चित्र पाहू. नंतर तुला ऑफिसला सोडीन.

(कमलचा चेहरा कठोर होतो.)

नंदिनी : भारी हट्टी आहेस. चल.

मोहन : कमल, एक काम कर... शेखरला आल्याबरोबर पाठवून दे.

(कमल मान डोलावते.)

मी वाट बघतोय्, म्हणून सांग. इथं थांबूदेखील देऊ नको. (नंदिनीकडे पाहत.) केव्हा येईल, ग?

नंदिनी : ऑफिसला जायच्या आधी येतो म्हणाले होते. येईल येवढ्यात. चल. कमल, ते येताच त्यांना पाठवून दे. (कमल मान डोलावते.)

कमल : वहिनी, माझं एक काम करतेस?

नंदिनी : काय?

(कमल शेल्फवरचं पुस्तक उचलते. तिच्या हाती देते.)

कमल : लायब्ररीमधून एवढं बदलून आण.

नंदिनी : (पुस्तक टेबलावर ठेवते.) बाई ग, मी मोकळी नाही. कंपनीच्या मालाच्या ऑर्डर घेत दहा घरं फिरावं लागतं मला! तूच जाऊन बदलून आण ना!

कमल : मला जमत नाही.

नंदिनी : फिरणं जमतं. सिनेमा जमतो आणि हेच जमत नाही. मग फार वाचू नको.

मोहन : चल, नंदिनी...

नंदिनी : चल.

(दोघं जातात. कमल संतापलेली असते. टेबलावरचं पुस्तक उचलून फेकते. ट्रान्झिस्टर लावते. मोठा आवाज करते. रॉकिंग चेअरवर बसते. बाबूराव येतो. तिच्याकडे पाहतो. पुस्तक उचलून सेल्फवर ठेवतो. रेडिओचा आवाज कमी करतो. कमल त्याच्याकडे पाहते.)

बाबूराव : मोहनराव गेले?

कमल : (उठते.) दिसत नाही?

बाबूराव : जाईनात! नसती उठाठेव करायची सवय नाही आम्हांला, दहा घरांत दहा गोष्टी बघाव्या लागतात. बोलून कसं चालेल?

कमल : कसल्या गोष्टी?

बाबूराव : ताईसाहेब, हे मोठ्यांचे संसार दिसतात, तसे नसतात. खोडी फार. आता बघा की. बाईसाहेबांना पुस्तक बदलून आणायला सवड नाही; आणि मोहनरावाबरोबर जायला सवड आहे.

कमल : नशीब फुटलं की, म्हणेल तसं राहायचं, बाबा! करतो काय?

बाबूराव : असल्या राहण्यापरास नशीब फुटलेलं बर!

कमल : कुणाचं?

बाबूराव : तुमचं नाही. त्या मोहनरावाचं...

कमल : त्यांनी काय केलं?

बाबूराव : ते नका मला विचारू. बोलत नाही, म्हणून दिसत नाही, होय?

कमल : काही तरी बोलू नको.

बाबूराव : तुम्हांला म्हणून सांगतो. जरा सांभाळून राहा त्याच्याबरोबर.

कमल : सांगतोस काय?

बाबूराव : तुम्हांला म्हणून सांगतो. तुम्हांला माहीत नाही. मी बघितलंय् सगळं. सायेब लढाईवर व्हते, तवा दोघंबी रात-दिवस इथंच असायची. सकाळ-संध्याकाळ तासभराची ड्यूटी माझी. मग घर मोकळंच की. उगीच नाही, बाईसाहेबांना हाताला धरून घेऊन गेले.

कमल : खरं सांगतोस?

बाबूराव : खरं खोटं देव जाणे! तुम्ही जरा बेतानं असा, म्हणजे झालं.

कमल : जपतो, म्हणून जपता येत नाही, बाबूराव! एवढंच कळून चुकलंय् मला.

बाबूराव : झालं गेलं होऊन गेलं... विसरून चला...

कमल : (दचकते) विसरून जाऊ? काय?

बाबूराव : (गडबडून) काही नाही. बाईसाहेब तुम्हांला बोलल्या, ते.

कमल : आता सवय झालेय् मला त्याची!

बाबूराव : आमच्यासारख्याला दिसूनही काही बोलता येत नाही. आता त्या मोहनरावापरीस तुमची किंमत कमी काय? तुमचं काम आधी केलं असतं...

कमल : मग त्या मोहनरावांचं चित्र अडलं नसतं?

बाबूराव : कसं बोलला? पण हे बाईसाहेबांनी जाणायला पाहिजे.

कमल : काय?

बाबूराव : तुमी काय कायम ऱ्हाणार, होय, इथं? एक ना एक दिवस जाणारच.

कमल : कुठं?

बाबूराव : तुमच्या घरी. तुमचा संसार उभा ऱ्हायल्याखेरीज ऱ्हाणार नाही.

कमल : ते आता नशिबी येईल, असं वाटत नाही.

बाबूराव : ते नका मला सांगू! तुमच्यासारखी बायको मिळायला नशीब पाहिजे. बघता काय? माझ्याबी मनात आहे. खरं ते सांगतो.

कमल : काय मनात आहे, बाबूराव?

बाबूराव : या मुंबईला आलो. पैसा कमवला. साधा माणूस मी. पण पाच हजार बँकेत ठेवलेत मी. खोटं नाही सांगत. बुक दाखवतो बँकेचं. पैसा आहे. मोटार सायकल आहे. पण ते घेऊन काय करायचं?

कमल : का? अडलं कशात?

बाबूराव : सगळंच नडलंय्. घरात बायको आहे. पण काय इचारू नका. गोठ्यातली म्हैस ओरडेल; पण ही बया कधी तोंड उघडायची नाही. कौतुकानं परवा जेम्स बॉण्डला घेऊन गेलो. काय सांगायचं तुमाला! तिकडं पडद्यावर मिठी मारली की, इकडं बाईसाहेबांचे डोळे गप्पकन् बंद! अहो, काय सांगायचं आणि कसं सांगायचं? राती घरला गेलो, तर माझ्या फटफटीची दृष्ट काढते ती.

कमल : मग तुमचा बेत काय?

बाबूराव : मनातलं सांगू? संसार करायचा, तर तुमच्यागत फर्मास बायको पायजे. शिकलेली. तर हिंडाय-फिरायला मजा. बोलाय-चालायला गंमत. मी सांगतो, ऐकून ठेवा. आपण दुसरं लगीन करणार!

कमल : बाबूराव, ते कायद्यात बसत नाही.

बाबूराव : बसवलं, की सारं बसतं. डायवस घेतला, तर कोण अडवंल?

कमल : पण शिकलेली बायको मिळणार कशी?

बाबूराव : न मिळाय काय झालं? आमच्या मोहल्ल्यात हीरो म्हणतात मला. आपल्याला काय अमुकच पायजे, असं नाय्. नवऱ्यानं टाकलेली...

घरातून पळून गेलेली... कसलीबी चालेल!

कमल : (संतापाने) बाबूराव, कोणाच्या घरात आणि कोणासमोर बोलता?

बाबूराव : (गडबडतो) विचारलं, म्हणून सांगितलं.... जातो मी.

कमल : अजून अकरा वाजले नाहीत...

बाबूराव : तुमचं घड्याळ फार स्लो आहे. (आपलं घड्याळ दाखवत.) हा बघा की टाईम. फोर्टीस आहे. तसा टाईम चुकायचा नाही. आणि तुमी अशी दमदाटी केली, तर... तुम्हांलाच चूल फुंकावी लागंल. भांडीकुंडी घासावी लागतील.

कमल : चालते व्हा!

बाबूराव : जातो मी. ज्याचं करावं भलं, तर तो म्हणतो आपलंच खरं! (जातो)

(कमल दरवाजा लावायला जाते. तोच बाहेरून शेखर येतो. कमल मागे फिरते. शेखर कमलकडे पाहतो. उद्विग्न असतो. कोचावर बसतो. सिगारेट पेटवतो. धूर सोडतो.)

शेखर : नंदिनी ऑफिसला गेली?

कमल : गेली. मोहनराव आले होते.

शेखर : मोहन! ते बरं?

कमल : वहिनीला न्यायला. त्याचं पेंटिग पुरं झालं, म्हणे!

शेखर : तरीच स्वारी आठ दिवस फिरकली नाही.

कमलं : वहिनीला घेऊनच गेले ते.

शेखर : हं! मग तू बरं गेली नाहीस?

कमल : बोलावलं, तर जाणार ना! आणि दोघांत अडचण कशाला?

शेखर : अं!

कमल : स्कूटरवरून गेली ना! शिवाय मला काय समजतं त्यातलं?

शेखर : (गंभीर होतो) जरा पाणी आणतेस?

(कमल पाणी आणायला आत जाते. शेखर ॲश-ट्रेमध्ये सिगारेट दाबतो. चोळामोळा करतो. कमल पाणी घेऊन येते. शेखरच्या हाती ग्लास देते. शेखर पाणी पीत असतो.)

कमल : दादा, तुला पण बोलावलंय्.

शेखर : कुणी? मोहननं? (परत पाणी पीत असतो.)

कमल : हो! सवड असली, तर येऊन जा, म्हणाले.

(शेखरला ठसका लागतो. ग्लास खाली ठेवतो.)

कमल : (जवळ जाते) ठसका लागला?

शेखर : (ठसका आवरत) हो! साधं पाणी म्हणून माणूस निर्धास्तपणे जेव्हा प्यायला जातो, नेमका त्याच वेळी ठसका लागतो.

कमल : दादा...

शेखर : काय?

कमल : 'रीगल'ला जेम्स बॉण्ड आहे, म्हणे. आपण जाऊ या.

शेखर : येस्. जाऊ की.

कमल : केव्हा?

शेखर : कल कहे तो आज, आज कहे तो अब! खाना खायेंगे और जायेंगे. पिक्चर देखने! चलो.

(कमल आत जाते. शेखर गंभीरपणे उभा. टेबलावरील नंदिनीच्या फोटोकडे पाहत. इतक्यात नंदिनी येते.)

नंदिनी : शेखर! (शेखर दचकून मागे वळतो.)

शेखर : ऑफिसला गेली नाहीस?

नंदिनी : नाही. मोहनकडं उशीर झाला. जाण्याच्या गडबडीत ऑफिस-डायरी विसरली.

शेखर : मन स्वस्थ नसलं, की असं होतं.

नंदिनी : (चपापते) मन स्वस्थ नसायला काय झालं?

शेखर : ही धावपळ! चित्र चांगलं झालंय?

नंदिनी : हो ना! पण आपल्याला फारसं कळत नाही. तो सांगतो, ते ऐकायचं!

(आत जायला निघते.)

शेखर : खरं आहे! तो सांगतो, ते ऐकायलाच पाहिजे!

नंदिनी : (वळून) काय म्हटलंत?

शेखर : अग, कलावंताची भाषा त्यालाच कळणार. मिनी होती?

नंदिनी : शाळेत गेली होती.

शेखर : बाकी त्याचा स्टुडिओ छान आहे. निवांत!

नंदिनी : पण तू का नाही आलास?

शेखर : सवड झाली नाही.

नंदिनी : सवड कसली? बिचारा सारखी वाट पाहत होता. क्षणभरदेखील इथं ठेवून घेऊ नकोस, म्हणून त्यानं कमलला बजावलं होतं.

(इतक्यात कमल पर्स घेऊन, थोडी जादाच पावडर फासून येते.)

नंदिनी : तुम्ही कुठं बाहेर निघालाय्?

शेखर : हो! सिनेमाला जायचा बेत आहे.

नंदिनी : सिनेमा? आत्ता?

शेखर : हो! रीगलला जेम्स बॉण्ड लागलाय् ना! ती एकटी घरात बसून कंटाळते. मीही तसाच.

नंदिनी : छान औषध शोधलंत!

शेखर : साऱ्यांनाच कुठं छान औषधं मिळतात? काहींना डॉक्टर मिळतो. काही ॲस्पिरिनच्या गोळ्यांवर भागवतात.

नंदिनी : खरंच! असलं बोलण्यापेक्षा नोकरी मिळाली, तर बरं होईल.

शेखर : नंदिनी, नोकरी जरूर मिळेल. पण तुझ्यासारखी मनाजोगी मिळेलच, असं सांगता यायचं नाही. वाटलं, ऑफिसला जावं, वाटलं, न जावं! हवं ते करावं!

नंदिनी : शेखर!

शेखर : राहिलं! आम्ही जातो.

नंदिनी : जरा थांबाल?

शेखर : का?

नंदिनी : मी डायरी घेऊन जाते. मग जा. तुम्हांला घर बंद करून जाता येईल.

शेखर : तसं करू.

नंदिनी : आलेच मी!

(नंदिनी आत जाते. शेखर कमलकडे पाहत असतो. कमल नजर चुकवते. नंदिनी येते.)

नंदिनी : जाते हं मी.

शेखर : (खिसे चाचपतो) सिगारेट केस जेवणाच्या टेबलावर राहिली, वाटतं!

कमल : मी आणते.

शेखर : नको. मी आणीन.

(काठी टेकत शेखर आत जातो. कमल नंदिनीला बिलगते.)

कमल : वहिनी, मी सिनेमाला जाऊ ना?

शेखर : जरूर जा. पण तुझ्या दादाला रागावायला काय झालं?

कमल : आल्यापासनं असाच वागतोय्.

नंदिनी : पुरुष आहेत ना! गावचा राग घरातच निघणार!

(शेखर येतो. सिगारेट केस उघडतो. हसतो.)

शेखर : कमल, सिगारेट केस मिळाली. पण आत सिगारेटच नाही.

नंदिनी : मी जाते.

(नंदिनी जाते. शेखरची नजर कमलकडे जाते. कमल पाठमोरी होऊन जाऊ लागते.)

शेखर : कमल!

(कमल थांबते. सावकाश वळते. चेहरा उतरलेला असतो.)

शेखर : मोहननं मला ताबडतोब बोलावलं होतं?

(कमल काही बोलत नाही. शेखर एक पाऊल पुढे टाकतो.)

मला तसं का सांगितलं नाहीस?

(आणखी एक पाऊल पुढे येतो.)

सांग, कमल, मला तसं का सांगितलंस?

(कमल एकदम हुंदका देते.)

शेखर : काय झालं, कमल? रडायला काय झालं?

(कमल नकारार्थी मान हलवते. शेखर जवळ जाऊन तिचे हात खाली घेतो.)

शेखर : इकडे बघ. (कमल वर पाहते.)

शेखर : काय झालं? सांग ना!

कमल : माझं एक ऐकशील?

शेखर : काय?

कमल : मला परत आश्रमात जाऊ दे.

शेखर : आश्रमात? का? काय झालं?

कमल : मला काही सांगता येत नाही. तू आणि वहिनी दोघंही मला सारखीच. मी कुणाबद्दल काही बोलू शकत नाही.

शेखर : कमल, खरं सांग. काय झालं?

कमल : दादा, माझी शपथ आहे. मला काही विचारू नकोस.. काही विचारू नकोस..

(शेखर दीर्घ नि:श्वास सोडतो.)

शेखर : ठीक आहे. नाही विचारणार. पूस डोळे. आपल्याला सिनेमाला जायचं आहे ना? आणि तू माझी, माझ्या संसाराची काळजी करू

नकोस. अश्रू पाहायची सवय आहे मला. चल.

कमल : मी येत नाही.

शेखर : ठीक आहे. माझंही मन लागणार नाही. पुन्हा केव्हातरी जाऊ.

(शेखर कोट आणि टाय् काढून तेथेच टाकतो. बैठकीवर बसून सतार छेडायला सुरुवात करतो.

– हळू हळू स्टेज काळोखानं भरून जातं.

– हळू हळू स्टेजवरचे दिवे प्रकाशमान होतात. स्टेज तसेच मोकळे आहे. आतून पँट, बुशशर्ट घातलेला बाबूराव बाहेर येतो. घड्याळाकडे पाहतो. साडेसातला दहा मिनिटे कमी असतात. बाबूराव इकडे तिकडे पाहून अंदाज घेतो. घड्याळाचा काटा पुढे करतो. साडेसातचा ठोका वाजतो. समाधानाने वळतो. तोच दारावर ट्क ट्क होते. बाबूराव दरवाजा उघडतो. धडपळे गुरुजी आत येतात. त्यांच्या हातात पिशवी आहे. दमलेले आहेत.)

गुरुजी : घरात बाईसाहेब आहेत?

बाबूराव : बाईसाहेब नाहीत. नुसते साहेब आहेत. काय काम होतं?

गुरुजी : मी धडपळे गुरुजी. पतितोद्धार आश्रमाचा चालक. आपण?

बाबूराव : एस्. बाबूराव!

गुरुजी : जय विठ्ठल!

बाबूराव : अं!

गुरुजी : आमच्या भाषेतला तो नमस्कार. (हात जोडतो) नमस्कार!

बाबूराव : गुड इव्हिनिंग!

गुरुजी : अं!

बाबूराव : हा आमच्या भाषतेला!

गुरुजी : आरन्च्यू अशेम्ड टु कॉल ए फॉरेन लँग्वेज युवर मदरटंग?

बाबूराव : (गोंधळतो. ऐटीने म्हणतो) येस्!

गुरुजी : देन व्हाय यू इन्सिस्ट ऑन दॅट? हॅवन्च्यू गॉट सेल्फ- रिस्पेक्ट?

बाबूराव : नो!

गुरुजी : व्हॉट नॉन्सेन्स!

बाबूराव : येस्! (समोर बघत) आयला, हा सायबाचा बाप निघाला. (अंग झटकत) गुरुजी, तुम्ही मराठीतच बोला, बघू.

गुरुजी : किती गोड भाषा! उगीच माउली म्हणून का गेली? परि अमृतातेंहि

पैजा जिंके। ऐसी एकेकू अक्षरे मिळवीन। देशी ही भाषा गोजिरी, त्यासि नाही उपमा दुसरी, शब्दांचे वेल्हाळू करी, आपुलिया गुणे।

बाबूराव : ही कुठली दुसरी भाषा काढली यानं? अहो, काय बोलायचं, ते मराठीत बोला.

गुरुजी : तीच बोलतोय्.

बाबूराव : मग बोला. काय काम?

गुरुजी : विसरलोच! बरी आठवण केलीत. कमलताई आहे?

बाबूराव : फंड मागायला आला असाल, तर मिळणार नाही.

गुरुजी : नाही, हो! कोण देतो आणि कोण घेतो?

बाबूराव : आम्ही देतो आणि तुम्ही घेता.

गुरुजी : हाही अहंकारच! कमल आहे का? मला त्यांना भेटायचं आहे.

बाबूराव : सायेबांना सोडून त्यांना कशाला भेटताय्? काय काम?

गुरुजी : काम काही नाही. नुसतं क्षेमकुशल विचारायचं आहे. बोलवता त्यांना?

बाबूराव : तुम्ही ओळखता त्यांना?

गुरुजी : माझ्याइतकं त्यांना ओळखणार कोण?

बाबूराव : पण फंड नोऽ हं!

गुरुजी : नाही, रे, बाबा! तिला नुसतं पाहतो आणि जातो. झालं?

बाबूराव : त्याचं काय आहे. टेक्निक आहे हे! भेटतो, म्हणून घुसायचं आणि फंड घेऊनच बाहेर पडायचं.

गुरुजी : मला फार वेळ नाही. बोलवता ना?

बाबूराव : सिगारेट आहे?

गुरुजी : नाही.

बाबूराव : विडी?

गुरुजी : नाही.

बाबूराव : मग ओढता काय?

गुरुजी : नशा! त्यात धुंद असतो मी. विडी, काडी, गांजा, दारू, अफू- सारी फिकी पडावीत, अशी नशा ओढतो मी! त्यात धुंद असतो. बेभान असतो.

बाबुराव : द्या टाळी! चंडोल ओढता, नाही का?

गुरुजी : तसली नशा नाही, रे बाबा! ही सेवेची नशा! तिला तोड नाही. तिला मोल नाही.

(आतून आवाज येतो. 'बाबूराव, कोण आलंय्?' पाठोपाठ कमल बाहेर येते. गुरुजींना पाहून चकित होते. पुढे होऊन पाया पडते.)

गुरुजी : जय विट्ठल!

(बाबूराव गडबडीनं पुढं होतो.)

बाबूराव : गुरुजी, बसा ना!

गुरुजी : मुली, हे कोण? यांचा परिचय?

कमल : हे बाबूराव. आमचे स्वयंपाकी!

बाबूराव : स्वैपाकी नव्हे; कुक!

गुरुजी : कुक! व्हॉट?

बाबूराव : (घाबरतो) कुक नव्हे, स्वैपाकीच! ताईसाहेब, मी जातो. साडेसात वाजून गेले.

कमल : बरं! कृपा करून इकडची बोलणी बाहेर सांगू नका.

(बाबूराव तिच्याकडे बघत निघून जातो.)

कमल : बसा ना!

गुरुजी : आधी सांग. सुखी आहेस ना?

कमल : हो!

गुरुजी : खरं?

कमल : अगदी खरं! या घरात सारं सुख आहे.

गुरुजी : माझं काम झालं! नशीबवान आहेस, मुली! या घरातल्याइतकी चांगली माणसं तुला हुडकूनही मिळणार नाहीत. अशी माणसं दुर्मीळ! आनंदानं राहा. सुखी हो!

(आतून शेखर येतो. त्याला पाहून गुरुजी आनंदात पुढे जाऊ लागतात. शेखर कोचाच्या मागे जातो.)

शेखर : हां, गुरुजी! ते पाया पडणं सुरू केलंत, तर मी निघून जाईन.

गुरुजी : (हात जोडतात) राहिलं! पण सज्जनांचे पाय शिवले, तर काय वाईट?

शेखर : बसा, गुरुजी. कमल, गुरुजींना दूध आण.

गुरुजी : नको. थंड पाणी असलं, तर दे!

(कमल आत जाते.)

शेखर : गुरुजी, या वेळी कशी सवड झाली?

गुरुजी	:	मदतीसाठी आलो होतो या भागात. आठवलं. वाटलं, जावं बघून मुलीला.
शेखर	:	बरं झालं, आलात, ते. आज किती मदत मिळाली?
गुरुजी	:	मिळाले पाच-दहा.

(कमल येते. पाण्याचा ग्लास गुरुजींना देते.)

शेखर	:	थांबा, गुरुजी, मी आलोच. (शेखर आत जातो)
गुरुजी	:	व्वा, मुली! जीव थंड झाला, बघ. या मुंबईचे जिने चढणं-उतरणं होत नाही. दमून जातो जीव. (घाम पुसतात)

(शेखर बाहेर येतो. त्याच्या हातात शंभराची नोट असते.)

शेखर	:	गुरुजी, हे घ्या.
गुरुजी	:	काय हे?
शेखर	:	शंभर आहेत. आपल्या आश्रमाला.
गुरुजी	:	(उठून हात जोडतात.) माफ करा. शंभर घेता येणार नाहीत मला.
शेखर	:	का? कमी वाटतात?
गुरुजी	:	नाही. वाटतात फार. असले द्यायचे, तर द्या पाच.
शेखर	:	फक्त पाच?
गुरुजी	:	पाच रुपयांत मिळतं जग. कशाला घेऊं शंभर मग? व्रतच आहे ते माझं. जास्त घेत नाही मी पाचपेक्षा!
शेखर	:	पण पाच रुपयांत काय मिळतं, गुरुजी?
गुरुजी	:	खूप! तुम्हांला माहीत नाही. महात्माजी स्वाक्षरी देत असत. पाच रुपयाला. आश्रमात आलात, तर दाखवीन मी. दान असंच घ्यावं, की जे दात्याला तापदायक होत नाही. त्यात आनंद असतो. समाधान असतं.

(शेखर पाकीट काढतो. त्यात नोट ठेवतो. पाच रुपयांची नोट काढून हातात देतो. गुरुजी उठून उभे रहातात. नमस्कार करतात.)

गुरुजी	:	उपकार आहेत आपले.
शेखर	:	तुमचेच उपकार आमच्यावर आहेत, गुरुजी!
गुरुजी	:	ते खोटं! तुमच्यासारखी देवमाणसं असली, तरच आमच्या कष्टाचं चीज. तुम्ही हिला घरी घेतली नसतीत, तर आमच्या सेवेला राहिला नसता कोणताच अर्थ!
शेखर	:	चुकल्या माणसाला त्याचं घर दाखवून देता येतं; पण साऱ्यांनाच

घराची ओळख पटत नाही.

गुरुजी : पटते! एक ना एक दिवस जरूर पटते!

शेखर : तेवढीच आशा राहिलेय् आता.

(गुरुजी हे बोलत असता पावती-पुस्तक लिहीत असतात. पावती फाडून हातात देतात.)

गुरुजी : येतो.

कमल : गुरुजी, खूप थकलेले दिसता. थोडी विश्रांती घ्या इथंच!

गुरूजी : तेवढी सवड नाही, मुली. खूप चालायचं आहे.

कमल : चालत जाणार?

गुरूजी : होय, मुली! तुला माहीतच आहे. मी निष्कांचन! निर्धन! शरीराचे चोचले करून चालायचे नाहीत. जय विठ्ठलऽऽ

(गुरुजी जातात. शेखर माघारी वळतो. सतारीजवळ बसतो. सिगारेट पेटवतो. दाराला कडी लावून कमल वळते.)

शेखर : नंदिनी आली नाही?

कमल : नाही.

(शेखर नकळत सतार उचलतो. छेडतो. एक द्रुतगतीतील तोडा वाजवतो. झाला धरलेला असतो. कमल चकित होऊन पाहत असते. अचानक सतार थांबते. दारावर ट्कट्क आवाज येतो. शेखर कमलकडे पाहतो.)

शेखर : कमल, दार उघड.

(कमल दरवाज्याकडे जाते. दारावर पुन्हा आवाज होताच मागे सरकते.)

शेखर : मी आहे ना इथं? दार उघड.

(कमल दार उघडते. दारातून आवाज येतो. : 'मेजर पांडे')

शेखर : येस्. कम इन्!

(कमल मागे सरकते. दारातून एक देखणा तरुण आत येतो. शेखरला पाहताच खाड्कन सॅल्यूट ठोकतो. शेखर आनंदतो. गडबडीनं सतार ठेवून उठतो.)

शेखर : मीट माय् सिस्टर मिस् कमल! कमल, हा माझा दोस्त मेजर द्रवीड!

(कमल नमस्कार करते.)

द्रवीड : मेजर नव्हे, लेफ्टनंट कर्नल!

शेखर : ब्रेव्हो! व्हेरी गुड! हॅपी! बैस. आणि तुझं सामान कुठं?

द्रवीड : स्टेशनवर, मिडनाईट ट्रेन आहे. वेळ होता. तुझी आठवण झाली.

शेखर : नो! दॅट वोंट डूऽऽ यू हॅड प्रॉमिझ्ड...

द्रवीड : अरे, जाऊ दे, रे. सांगेन–

शेखर : पण तू आलास केव्हा?

द्रवीड : झाला महिना!

शेखर : मग सोलापूरला होतास?

द्रवीड : हो!

शेखर : आणि एवढ्यात रजा संपली?

द्रवीड : रजा होती तीन महिन्यांची.

शेखर : कॉल आला?

द्रवीड : नाही. मागून घेतला.

शेखर : अरे, सांग ना नीट...

(द्रवीड कमलकडे पाहतो. कमल आत निघून जाते.)

सांग बघू, काय घेणार? चहा, कॉफी... मग निवांत बोलू. असं कर ना, जेवायलाच थांब.

द्रवीड : नो थँक्स! आपला निकम भेटला होता. स्टेशनवर. त्यानं बोलावलंय्. I Have promised.

शेखर : हे तुझं नेहमीचंच! चहा, कॉफी...

द्रवीड : खरं सांगू? फार झालंय्...

शेखर : मग तुला ट्रीट तरी काय करू?

द्रवीड : नुसतं बोल. बस्स!

शेखर : नो, नो! दॅट वोंट डू! ड्रिंक घेणार?

द्रवीड : चालेल.

शेखर : थांब, पाहतो.

(शेखर आत जातो. काही तरी पडल्याचा आवाज येतो. द्रवीड घर पाहत असतो. सतार पाहतो. बोट फिरवतो. मागे वळतो. फोटो पाहतो. तोच शेखर ट्रे घेऊन बाहेर येतो. ट्रेमध्ये बाटली असते. तीवर धूळ साचलेली. पेले, पाण्याची बाटली असते.)

शेखर	:	द्रवीड, आय् ॲम सॉरी... नो सोडा. पाणी आहे. व्हिस्की चालेल ना?
द्रवीड	:	अरे यार, ओल्ड स्मगलर चालत नाही?

(बाटली घ्यायला हात पुढे करतो.)

शेखर	:	थांब, बाबा. तीवर धूळ फार आहे. एक ठेवली होती जपून!
द्रवीड	:	म्हणजे, तू ड्रिंक्स घेत नाहीस?
शेखर	:	अंहं!
द्रवीड	:	अरे, आर्मी ऑफिसर आणि ड्रिंक्स नाही?
शेखर	:	गरज भासत नाही.
द्रवीड	:	लकी आहेस.

(शेखरने बाटली काढलेली असते. तो बूच उघडतो. ग्लासमध्ये ओतत असता पाहतो.)

द्रवीड	:	बडा...

(शेखर पेले भरतो. पाणी घालतो. पेला हातात देतो.)

शेखर	:	चिअर्सऽऽ
द्रवीड	:	चिअर्सऽऽ

(दोघे आरामात बसतात. पिउ लागतात.)

शेखर	:	सांग आता. एवढ्या गडबडीनं का निघालास?
द्रवीड	:	जाऊ दे ना! दुसरं काही तरी बोल.
शेखर	:	हे नाही चालायचं. अरे, नेहमी घरच्या आठवणी सांगायचास. तुला आठवतं? तुझ्या रायफलचं नाव तू 'शोभा' ठेवलं होतंस. बायकोची आठवण म्हणून...

(द्रवीड एकदम ग्लास संपवतो.)

द्रवीड	:	सारं आठवतं. फ्रंटवर टपाल आलं, की आपण त्यावर तुटून पडायचो. एवढी खासगी पत्रं; पण आपण एकमेकांना वाचायला द्यायचे. ती पत्रं, तो संसार सारं खोटं असतं, रे! (उठतो)
शेखर	:	द्रवीड!
द्रवीड	:	अरे, आपण सैन्यात जातो. देशासाठी केव्हाही मरायला तयार होतो. ते मरण सोपं असतं. पण जगणं भारी अवघड असतं. हे सैनिकी शिक्षणच आमच्या नाशाला कारणीभूत होतं.

शेखर : बोलऽ (त्याचा ग्लास पुन्हा भरतो.)

द्रवीड : (ग्लास घेतो. एक घोट घेतो.) आपण सैनिक! आवाजाला भारी सावध असतो. काटकी मोडली, तरी बंदूक त्या क्षणी आवाजाच्या रोखानं वळते. झोपेत पांघरूण जरा जरी खेचलं, तरी त्या क्षणी उशीखालचं पिस्तूल सावरून रोखून उभा राहतो. प्रत्येक पावलाला नजर शत्रू शोधत असते...

शेखर : हे ट्रेनिंगच असतं! त्याशिवाय सैनिक होताच येत नाही...

द्रवीड : तेच! तेच, बाबा! रजेवर घरी येताना संसाराची स्वप्नं मनाशी असतात. संसार सुखी बनविण्यासाठी घरी येतो. त्याच घरात आल्यानंतर नाना आवाज ऐकू येतात. कुजबूज वाढू लागते. सावधगिरीची पावलं वाजू लागतात. ती न ऐकता राहायचं कसं? तेही ट्रेनिंग द्यायला हवं.

(द्रवीड एकदम दुसरा ग्लास मोकळा करतो. बाटली घेऊन परत भरतो.)

द्रवीड : आम्हां ऑफिसर्सना लोक दारूबाज समजतात. आमचं लाईफ फास्ट असतं, असं म्हणतात. पण ते का घडतं, याचा कोण विचार करतं? (उफाळून) आम्ही रणांगणावर जिंकतो, त्या वेळी संसारात पराभूत होतो. तेव्हा देशासाठी मरणं हेच जीवनाचं सार्थक नाही का ठरत?

शेखर : आय् ॲम सॉरीऽऽ

द्रवीड : जाऊ दे, यार. माझ्या जीवनात हे घडलं, म्हणून साऱ्यांच्याच वाट्याला हे येत नाही. You are lucky! आता घरात चैन पडत नाही. त्यापेक्षा कँप बरा. (शेखरकडे पाहतो) आणि मिसेस् पांडे कुठं दिसत नाहीत.

शेखर : बाहेर गेलेय् ती. And lucky man is here!

द्रवीड : बच्चे लोग?

शेखर : (हसतो) तुझ्या समोर बसलाय्, तेवढाच.

द्रवीड : स्टिल एँजॉईंग हनिमून हं....

(द्रवीड हसतो. शेखर गंभीर. द्रवीड घड्याळ पाहतो. जाण्यासाठी उठतो.)

शेखर : निघालास?

द्रवीड : हो! जायला हवं!

शेखर : वन् फॉर द रोडऽऽ

द्रवीड : नो! थँक्स. आय् हँड इनफ्! (वळतो.)

शेखर : (टेबलावरची त्याची सिगारेट केस उचलत) अरे कर्नल, तुझी सिगारेट केस ले के जाना.

द्रवीड : (केस हातात घेत) ओळखलीस तू ही केस? पहचानते हो इस केस को?

शेखर : येस्! तुझ्या शोभानं तुला एंगेजमेंटच्या दिवशी दिली होती ना?

द्रवीड : स्टॉप इट्! माझ्या नव्हे. आता दुसऱ्या कुणाची तरी... दोस्त, You are my fast friend. मला प्रिय असलेल्या वस्तू मी हरवून बसलो. ही केसही अशीच हरवून बसेन. ठेव ती तुझ्याजवळ. आपल्या मैत्रीची आठवण म्हणून! (केस त्याच्याजवळ देतो) यार, आता जगण्यात मौज नाही. लढण्यात आहे. So long!

(जायला वळतो. इतक्यात नंदिनी मिनीसह येते. नंदिनी ती दारूची बाटली, ती बैठक पाहून चकित होते.)

शेखर : द्रवीड, धिस इज् माय् वाईफ नंदिनी! नंदिनी, हा माझा रणांगणावरचा मित्र द्रवीड. ले. कर्नल.

(दोघं एकमेकांना नमस्कार करतात.)

मिनी : अंकल! अँड मी!

शेखर : सॉरी! द्रवीड, मीट धिस ग्रेट लेडी, मिनी. माझ्या मित्राची मुलगी.

(द्रवीड मान लववतो. मिनी वाकून नमस्काराचा स्वीकार करते. नंदिनी मिनीस घेऊन आत जाऊ लागते.)

शेखर : नंदिनी, द्रवीड निघालाय्.

नंदिनी : का! थांबत नाहीत?

शेखर : नाही. त्याला फ्रंटवर जायची घाई आहे. आम्हां सैनिकांना घरापेक्षा फ्रंटच आवडते.

द्रवीड : राईट! होम फ्रंटपेक्षा ती सोपी वाटते.

शेखर : दॅट मीन्स I am facing the biggest front. म्हणजे यापुढं मला घरच्या आघाडीला मोठ्या हिमतीनं तोंड द्यावं लागेल!

(दोघं हसतात. द्रवीड नमस्कार करतो. जातो.)

नंदिनी : मिनी, आत आँटी काय करते, बघ बरं!

(मिनी धावत आत जाते.)

शेखर : ही मिनी कुठं सापडली?

नंदिनी : कामासाठी अंधेरीला जावं लागलं. लोकल चुकली. टॅक्सीही मिळेना. मग मोहनला फोन केला. तो स्कूटर घेऊन आला. येता येता मिनीला भेटले. येते म्हणाली. घेऊन आले.

शेखर : मोहन आला होता?

नंदिनी : आला होता ना! त्यानंच तर पोहोचवलं.

शेखर : मग आत बरा आला नाही?

नंदिनी : तो फार रागावलाय् तुझ्यावर!

शेखर : का बरं?

नंदिनी : तू त्याचं चित्र पाहायला आला नाहीस, म्हणून!

शेखर : अस्सं! पण तू पाहिलंस ना! मग झालं! खरं पाहिलं, तर तू त्याचा राग काढायला पाहिजे होता.

नंदिनी : (हसते) उलट, मीच त्याला सांगितलं, खूप रागव, म्हणून!

शेखर : मग तो रागवणारच! आणि तू?

नंदिनी : (पेले, बाटलीकडे बोट दाखवत) हे नवीन काय चालवलंय्?

शेखर : द्रवीड आला होता ना! त्याला ट्रीट केलं.

नंदिनी : पण असलं घरात चालत नाही, माहीत आहे ना?

शेखर : कुणाला?

नंदिनी : मला.

शेखर : पण मला चालतं ना!

नंदिनी : मग आजवर कुठं चालत नव्हतं?

शेखर : तेव्हा गरज वाटली नव्हती.

नंदिनी : शेखर!

शेखर : नंदिनी, मला आवाज चढवलेला आवडत नाही.

(नंदिनी चकित होते. धावत आत जाते.

शेखर सतार उचलतो. आर्त आलापी छेडत असतो. नंदिनी हातात पेंटिंग घेऊन बाहेर येते. शेखर थांबतो.)

नंदिनी : हे खाली कुणी टाकलं?

शेखर : (सतार थांबवत) टाकलं नाही. खूप उंचावर टांगलं होतं. बाटली काढताना धक्का लागून पडलं.

(नंदिनी चित्र घेऊन वळते.)

शेखर : थांब! कुठं लावतेस ते?

नंदिनी : होतं तिथं.

शेखर : होतं तिथं? (हसतो) ते जमायचं नाही. त्या खोलीत आता त्या चित्राला जागा नाही.

नंदिनी : (चकित होऊन) का?

शेखर : पुष्कळ दाटी झाली आहे... त्यात आणखीन नको. कुठंतरी दुसरीकडे लावा.

(शेखर परत सतार छेडत असतो... एक मिंड घेतो.)

नंदिनी : शेखर!

शेखर : अं! (वर मान करतो. नंदिनी डोळ्यांत पाणी आणून उभी असते.)

नंदिनी : काय चुकलं माझं? मी काय केलं?

(नकळत हातातल्या चित्राला कवटाळून रडते. शेखरची नजर तिकडे जाते. तो हसतो. परत सतार छेडायला लागतो. ती त्याचा हात थांबवते.)

नंदिनी : तुम्हांला सारी थट्टा वाटते. स्वत:ला नोकरी मिळत नाही, याचा राग माझ्यावर का काढता?

शेखर : फार चुकतेस तू, नंदिनी! मला नोकरी मिळालेली आहे. आजच. तुझ्याइतकी चारशेची नसेल. पण तीनशे पुरतील मला!

नंदिनी : मग असं का वागता? का!

(ढासळते. बैठकीच्या काठावर मान टेकून रडू लागते. एक हात शेखरच्या पायावर असतो.)

शेखर : नंदिनी!

नंदिनी : असं का वागतां? काय चुकलं माझं?

शेखर : कदाचित प्याल्यामुळं असेल! दारू...

(थकलेली नंदिनी उठते. आतून मिनी, कमल येतात. मिनी नंदिनीला बिलगते.)

मिनी : आँटी! आमी जेवलो.

नंदिनी : छान! चल झोपायला.

मिनी : अंहं! मी त्या आँटीजवळ झोपणार! झोपू?

नंदिनी : झोप.

कमल : वैनी, वाढायला घेऊ?

नंदिनी : मला भूक नाही. तुम्ही जेवून घ्या.

(कमल पेले, बाटल्यांकडे पाहते. ट्रे उचलून आत घेऊन जाऊ लागते. ती जाताच मिनी शेखर जवळ जाते.)

मिनी : अंकल, जेवणार नाही?

शेखर : नाही, बेटा! भूक नाही.

मिनी : पोट भरलं?

शेखर : हां!

मिनी : सरबत पिऊन?

शेखर : त्या सरबतानं भूक वाढते, म्हणतात. माझी भूक पार गेली. झोप जा, बेटा. रात्र झाली.

(शेखर उठतो. दाराशी उभ्या असलेल्या कमलकडे पाहतो. काही न बोलता आत निघून जातो. कमल येऊन रॉकिंग चेअरवर बसते. मिनी जवळ येते.)

कमल : बेटा, चल झोपायला.

मिनी : मला झोप नाही आली अजून.

कमल : मग काय करणार?

मिनी : गोष्ट सांग ना!

कमल : आत्ता नको, ग.

मिनी : ऑंटी! गट्टी फू. (तोंड फिरवून राहते)

कमल : रुसली का, ग? (उठून तिच्याजवळ जाते.) एऽऽ, माझ्यावर रुसू नको, बाई. मी रडेन, बघ!

मिनी : मग सांग तर गोष्ट!

कमल : सांगते पण...

मिनी : चालेल! (तिच्या गळ्यात पडते.) ऑंटी, तू मला फार आवडतेस, बघ!

कमल : तेवढी मी चांगली नाही, ग! फार वाईट आहे मी!

मिनी : अं हं! काहीतरीच बोलतेस. तू चांगली आहेस, ऑंटी. आमच्या शाळेत डॉली फ्रान्सिस आहे ना, अगदी वाईट्ट आहे...

कमल : का?

मिनी : मला खेळायला घेतच नाही.

कमल : का?

मिनी	:	मी कंप्लेन् करते ना, म्हणून!
कमल	:	मग करू नये. खरंच करू नको तू चहाडी. दुसऱ्याला भारी दुःख होतं. आपण खूप सोसावं. आपल्या जीवनात सुख आलं नाही, म्हणून काय झालं? दुसऱ्याचं सुख बघवत नाही. त्याचा हेवा वाटतो. ते मोडावं, फुटावं. सगळं जग आपल्यासारखं व्हावं, असं वाटतं. ते भारी वाईट! तसं कधी वाटू नये. त्यानं आपणच दुःखी होतो. उरलं सुरलं सुख नाहीसं होऊन जातं. एकटं राहावं लागतं जगात...
मिनी	:	एकटं? आँटी, काय बोलतेस तू? एकटं?
कमल	:	हो! एकटं?
मिनी	:	मी सांगू? आमच्या घरी मी एकटी असले, की दार उघडं ठेवते. मग मला फिअर वाटत नाही.
कमल	:	अजाण आहेस, बेटा! दार बंद केलं, तरी संकट दाराशी येऊन दार ठोठावतं...
मिनी	:	ते जाऊ दे, आँटी! गोष्ट सांग.
कमल	:	सांगते. पण तू गाणं म्हटलंस, तर.
मिनी	:	कसलं म्हणू?
कमल	:	तुला येईल, ते.
		(मिनी क्षणभर उभी रहाते. कमल खुर्चीवर हेलकावे घेत असते. मिनी गाणं म्हणू लागते.)
मिनी	:	रामा, चरण तुझे लाभले
		आज मी शापमुक्त जाहले
		तुझ्या दयेने लाभे दृष्टी...
मिनी	:	झालं गाणं. आता गोष्ट सांग.
		(कमल तसेच हेलकावे घेत असते. मिनी तिला हलवते.)
मिनी	:	आँटीऽऽ
कमल	:	(भानावर येत) अं!
मिनी	:	गाणं संपलं. आता गोष्ट सांग ना! तू रडतेस?
कमल	:	(डोळे पुसत) नाही, ग. (मिनीला जवळ घेते)
कमल	:	कसली गोष्ट सांगू?
मिनी	:	कसलीही!
कमल	:	ऐक! एक अहल्या होती. साधी भोळी! रूपानं, गुणानं चांगली होती.

एका देवाच्या राजाला ती आवडली. अहल्येच्या नवऱ्याचं रूप घेऊन तो देवांचा राजा तिला भेटायला आला. अहल्या साधी भोळी! तिला ते ओळखलं नाही. पण तिच्या नवऱ्यानं ते ओळखलं. त्यानं अहल्येला शाप दिला. अहल्या दगड होऊन पडली... झाली गोष्ट.

मिनी : मला फसवू नको. गोष्ट झाली नाही.

कमल : मला एवढीच येते.

(मिनी कमलच्या मांडीवरून उतरते.)

मिनी : मी सांगू?

कमल : सांग.

मिनी : मग काय झालं? अहल्या स्टोन होऊन वाटेवर पडली होती... एकदा काय गंमत झाली. राम त्याच वाटेनं जात होते... त्यांचा पाय त्या स्टोनला अस्सा लागला... आणि अहल्या परत अशी उठून उभी राहिली... हो ना!

कमल : साऱ्याच कुठं अहल्या असतात! बेटी, मी अहल्या नाही... मी फार वाईट आहे... फार वाईट....

(मिनीला जवळ घेते. रडू लागते...)

अंक दुसरा समाप्त

अंक तिसरा

(स्थळ : तेच.

वेळ : सकाळ.

काल : अडीच महिन्यांनंतरचा.

पडदा उघडतो, तेव्हा शेखर सतार छेडतो आहे. घायाळ आलापी उमटत असते. मध्येच तो थांबतो. तरफ छेडतो. परत सतार वाजवू लागतो. हॉलमध्ये तो एकटाच असतो. तोच मोहन आत येतो. शेखर त्याच्याकडे पाहतो. परत सतार वाजवू लागतो.... एकदम सतार बंद करतो.)

मोहन : सतार का थांबवली?

शेखर : (हसतो) थांबवली! अरे, यार, बेसूर सतार छेडण्यात काय अर्थ!

मोहन : बेसूर?

शेखर : बघ ना! तरफ एकदम बेसूर झाली आहे.

(शेखर तरफ तपासू लागतो.)

मोहन : नंदिनी कुठं आहे?

शेखर : नंदिनी! असेल ना आत. बोलावतो. (हाक मारतो) कमलऽ कमलऽऽ

(कमल येते. मोहनला पाहून पदर नीट करते.)

शेखर : नंदिनीला सांग. मोहन आलाय्, म्हणून.

कमल : वहिनी नाही. बाजारात गेल्येय्. येईल एवढ्यात.

(शेखर मोहनकडे पाहून खांदे उडवतो. कमल आत जाते.)

शेखर : सॉरी!

(मोहन चार पावलं टाकतो. एकदम शेखरजवळ जातो. शेखर खाली मान घालून तरफ पाहत असतो. मोहन सतारीवर हात ठेवतो. शेखर एकदम वर पाहतो. मोहनचा हात सतारीवर असतो. शेखर हसतो.)

शेखर : दोस्त! सतार तरी वाजवू दे.

मोहन : ते नेहमीचंच आहे. मला तुझ्याशी बोलायचं आहे. ती सतार बाजूला ठेव. ठेव, म्हणतो ना!

(शेखर सतार बाजूला ठेवतो. उठतो. सिगारेट काढून पेटवतो. लायटर, सिगारेट मोहनसमोर धरतो. तो नकारार्थी मान हलवतो. सिगारेट पेटी, लायटर खिशात ठेवून शेखर वळतो.)

मोहन : शेखर, तुला झालंय् तरी काय?

शेखर : (वळतो) कुठं काय झालंय्?

मोहन : अलीकडे पाहतो आहे. मी आलो, की तुझं सतार छेडणं चालू असतं. महत्त्वाची कामं त्याच वेळी निघतात. बोलणं पण तुटक. तुझ्या मनात काय आहे, सांग.

शेखर : मोहन, माणसानं सारं विचारावं; पण दुसऱ्याच्या मनाला हात घालू नये. काही समजत नाही. त्यातनं काही निष्पन्न होत नाही. काहीही हाती लागणार नाही.

मोहन : सांगितलं, तर समजेल ना!

शेखर : मोहन, दागनं एक सुरेख शेर बांधला आहे बघ –
साज़ ये कि नासाज क्या जाने।
नाज़वाले नियाज क्या जाने।

मोहन : मतलब?

शेखर : साफ आहे. दोष बघणाऱ्यांना गुण कसे दिसणार? नखरे करणाऱ्यांना निष्ठा काय कळणार?

मोहन : कुणाबद्दल बोलतो आहेस?

शेखर : अरे, या पांगळ्या माणसाची दुसऱ्याबद्दल बोलण्याची काय हिम्मत आहे? मी स्वतः बद्दलच बोलतोय्.

मोहन : शेखर! अरे, मी एकुलता एक मित्र तुझा. मला सांगत नाहीस.

शेखर : तू आणि नंदिनी यांच्याखेरीज मी सांगणार कुणाला! पूर्वी मी एक

इंग्रजी सिनेमा पाहिला होता. भर समुद्रात कोळी नाव घेऊन जातो. आणि त्याची दोन्ही वल्ही निकामी होतात. सागरात तुफान असतं. शिडं फाटलेली असतात. नाव बुडायची वाट पाहण्याखेरीज त्याच्या हाती काही नसतं... ती बघ आली...

(मोहन मागे वळून पाहतो. नंदिनी हातात पिशवी घेऊन आलेली असते. मोहनला पाहून ती चकित होते.)

नंदिनी : मोहन, सकाळी सकाळी कशी काय सवड झाली?

मोहन : वेळ करून आलो असतो, तर तुम्ही दोघेही भेटणं कठीण.

नंदिनी : (कमलला हाक मारते.) कमलऽऽ

(कमल येते. नंदिनी तिच्या हाती पिशवी देते. कमल पिशवी घेऊन आत जाते. नंदिनी वळते.)

मोहन : आल्यापासनं या माणसाला बोलतं करायचा प्रयत्न करतोय्. पण सरळ बोलेल, तर शपथ!

नंदिनी : सैनिक आहे ना! गोळ्या झाडण्याखेरीज काय करणार?

शेखर : (हसतो) खरं आहे. पण सैनिक जखमी पण होतो...

मोहन : हे असं आडमार्गानं बोलतो. शेखर, मला फार वेळ नाही. माझी प्रदर्शनाची चित्रं तयार झालीत. उद्याच पाठवायला हवीत.

शेखर : मग पाठव ना!

मोहन : पैसे दे. पाठवून देतो.

शेखर : पैसे?

मोहन : अरे, तूच सांगितलं होतंस ना, चित्रं तयार करायला? पैशाची हमीही तूच घेतलीस.

शेखर : हमी दिली होती; पण पाळता येईल, असं वाटत नाही.

मोहन : फार खर्च येणार नाही. बाराशे रुपयांत सारं होऊन जाईल.

शेखर : बाराशे! (हसतो) मला काय, टाटा-बिर्ला समजलास काय?

मोहन : टाटा-बिर्ला एवढे गरीब केव्हापासून झाले?

शेखर : मोहन, माफ कर. मी तुझी गरज भागवू शकणार नाही.

मोहन : पैसे मिळाले नाहीत, तर चित्रं पाठवता येणार नाहीत.

शेखर : नको पाठवू! त्याला इलाज नाही.

नंदिनी : शेखर, ही थट्टेची वेळ नाही. गेले दोन महिने केलेले त्याचे सारे श्रम वाया जातील.

शेखर : वाया! अग, जीवन वाया जातं, तिथं श्रमाचं काय मोल? I am sorry!

मोहन : ठीक आहे. नाही, तर नाही. मलाच मोल नाही, तिथं माझ्या कष्टाला काय मोल असणार!

नंदिनी : शेखर. आपणच त्याला प्रोत्साहन दिलं. आता माघार का घ्यायची? खरंच, आपण केलं पाहिजे काहीतरी!

शेखर : करता येण्यासारखी परिस्थिती असती, तर... तर जरूर काही तरी केलं असतं. ताकद नसता त्याला आपण प्रोत्साहन दिलं, हेच चुकलं... असं का वाटू नये आपल्याला?

मोहन : जाऊ, दे, नंदिनी! तू चिंता करू नको. नाही, तर नाही. त्यात काय मोठं! या निमित्तानं तीन चित्रं तयार झाली. पुष्कळ झालं. मी जातो.

(शेखर तोंड फिरवून बाजूला जातो.)

नंदिनी : मोहन, कधी पाठवायची आहेत चित्रं?

मोहन : शेखर! (त्याच्या पाठीवर थाप मारतो) अरे, छोडो, यार. Do'nt worry!

(जायला वळतो.)

नंदिनी : मोहन, थांब जाऊ नकोस.

(नंदिनी आत जाते.)

शेखर : (मागे वळून मोहनकडे पाहतो. हसतो) मोहनराव, लग्गा लागणार, वाटतं!

मोहन : लग्गा कुठला? तिच्याजवळ एवढे पैसे कुठले?

शेखर : बायकांचं काही सांगू नको. चोरटं धन खूप असतं त्यांच्यापाशी.

(नंदिनी आतून येते. हातात रुमालात बांधलेला डबा असतो. पाठोपाठ कमल येते.)

नंदिनी : (डबा मोहनपुढे करीत) मोहन, हे कुठंही ठेव. गरज भागेल तुझी.

मोहन : काय ते?

नंदिनी : सासूबाईंनी दिलेले दागिने. विकू नको. कुठंही ठेव.

(शेखर तिरकसपणे बघत छद्मी हसतो.)

मोहन : ठेव ते दागिने! तुझे दागिने ठेवून माझी चित्रं पाठवण्याइतकी ती काही मोलाची नाहीत.

नंदिनी : मोहन, ते मोल ठरायचं आहे. मी सांगते, तसं कर.

मोहन : नाही. मला ते जमणार नाही.

शेखर : अरे, घे ते दागिने. तिच्या सासूनं तिला दिलेत. तिचेच आहेत ते!

मोहन : नाही. मला हे करता येणार नाही.

नंदिनी : मोहन, मला का परकं समजतोस? तुझ्या घरचे असते दागिने, तर ठेवले नसतेस?

शेखर : मोहन, संकोच करू नको. घे! तुझ्या घरचेच आहेत!

मोहन : पण... नंदिनी, मी तुझे उपकार या जन्मी विसरणार नाही; पण कृपा करून एवढं करायला सांगू नकोस...

नंदिनी : मोहन! मागे फीर... माझा असा अपमान करू नको. उचल ते दागिने... माझी शपथ आहे...

(मोहन पाठमोरा थांबतो.)

शेखर : बाबा,रे, शपथ मोडू नको! कुठं तरी मरून जाईल ती! (हसतो)

मोहन : (वळतो. सावकाश पुढे येतो. हसतो) मरून जाईल ती. किती सहज बोललास. शेखर, अरे, माणसानं या जगात कधी एकटं समजू नये. भिऊ नये. प्रत्येकाच्या आयुष्यात देवानं आधार दिलेला असतोच! आपण पाहत नाही, एवढंच!

कमल : देव मानता तुम्ही?

मोहन : जरूर मानतो. रूढी, संस्कार पटले नाहीत, म्हणून देव पटत नाही, असं थोडंच आहे? या क्षणीही नंदिनी त्याचं रूपच नाही का? नंदिनी... जातो मी! (वळतो.)

नंदिनी : थांब, जरा थांब.

(डबा टेबलावर ठेवून नंदिनी आत जाते. तिघांच्याही नजरा टेबलावरच्या डब्यावर खिळलेल्या असतात. नंदिनी येते. तिच्या हाती पिशवी असते.)

नंदिनी : स्कूटर आणलीय्?

मोहन : (होकारार्थी मान हलवतो.)

नंदिनी : (डबा पिशवीत घालून पिशवी मोहनकडे करते.) सांभाळून ने. आमचं लग्न झालं. सासूबाईंना आवडलं नाही. त्यांनी कधीही मला बोलावलं नाही. त्यांची तब्येत बिघडली. जास्त झालं, तेव्हा हे लढाईवर होते. सासूबाईंनी मला बोलावून घेतलं. हे धन देण्यासाठी होणाऱ्या किमतीपेक्षाही मोलाचे आहेत ते.

(मोहन भारावून उभा. नंदिनी त्याच्या हातात पिशवी देते. मोहन पिशवीकडे पाहत असतो. एकवार तिघांच्यावर नजर फिरवतो. काही

बोलत नाही. अशा स्थितीत निघून जातो. नंदिनी वळते.)

नंदिनी : कमल, बाबूराव आले नाहीत?
कमल : (नकारार्थी मान हलवते.)
नंदिनी : अलीकडं असंच चाललंय् त्याचं. आता येतील रावसाहेब सावकाश.
कमल : ते येणार नाहीत. आणि पुढं केव्हाही. कालच चिठ्ठी आली होती.
नंदिनी : मग मला का नाही सांगितलं?
कमल : तू घरात नव्हतीस.
नंदिनी : नाही येऊ दे. नाहीतरी अलीकडं भलतीच मिजास वाढली होती. माझे हात-पाय शाबूत आहेत, तोवर मी कुणापुढं लाचार होणार नाही. आता मलाच सारं करावं लागणार आहे.

(नंदिनी निघून जाते. कमल शेखरकडे पाहते.)

कमल : दादा!
शेखर : अं!
कमल : आईचे दागिने ते?
शेखर : (आवंढा गिळतो) हो.
कमल : आणि ते मोहनला दिले?
शेखर : तू पाहिलंस ना! मग मला कशाला विचारतोस? आईनं तिला दिलेले. तिनं त्याचं काय करावं, हे मी कोण सांगणार?
कमल : पण आईचे दागिने असे दुसऱ्याला...
शेखर : दुसऱ्या कुणाला? मोहनलाच दिले ते...
कमल : मोहन एवढा जवळचा असेल, हे मला माहीत नव्हतं.
शेखर : ते नंदिनीला विचार. तीच सांगेल, तो किती जवळचा आहे, ते.
कमल : दादा, काय बोलतोस हे?
शेखर : ती किती जवळची आहेत, हे तूच हेरलंस ना! मग मला का विचारतेस?
कमल : ते दागिने परत येतील?
शेखर : येतीलही! कदाचित नाही...
कमल : पण, दादा, तू गप्प का बसलास?
शेखर : तुला माहीत नाही, कमल. तू लहान होतीस. बाबा वारले आणि आईवर संसार कोसळला. काकांचा एवढा नावलौकिक असूनही, त्यांनी आर्जव करूनही आईनं घर सोडलं नाही. आईनं माझ्यावर खूप प्रेम केलं. लाड केले. एकुलता एक मुलगा ना मी! त्या लाडानंच

मला हट्टी बनवलं. (हसतो)

कमल : पण, दादा...

शेखर : एकदा काय झालं! तुला घरासमोरचं आंब्याचं झाड आठवतं? (कमल होकारार्थी मान हलवते.) त्या आंब्याला खूप कैऱ्या लागल्या होत्या. दोन प्रहरची वेळ होती. मी बाहेरून घरी येत होतो. हातात खेळ म्हणून उंचावलेला दगड होता. कैरीचा नेम धरून मी दगड भिरकावला. नेम चुकला... आणि घरातून बाहेर येणाऱ्या आईच्या डोक्यात पडला. आई मट्कन खाली बसली. मी घाबरलो. आईच्या डोक्यातून रक्त ओघळत होतं. आपल्या हातानं ती खोक दाबून धरीत माझा रडवा चेहरा पाहून ती म्हणाली... म्हणाली,
'फार लागलं नाही, रे, रडतोस कशाला? आईचं रक्त मुलांनीच सांडायचं असतं.'
तसंच केलं बघ मी. कॉलेजमध्ये आलो. शिक्षणाबरोबरच प्रेमही करायला शिकलो. नंदिनीच्या प्रेमात पडलो. लग्न करायचा निर्धार होता. आईला ते पसंत पडलं नाही. तोंड पाहणार नाही, असं बोलून मोकळी झाली. तेच तिनं खरं केलं. अखेरपर्यंत तिनं माझं तोंड पाहिलं नाही. ती गेली, तेव्हा मी युद्धावर होतो. ज्या आईनं एवढं दिलं, तिला मात्र मी काही दिलं नाही. (हसतो) त्या मानी आईलाही शरणागती पत्करावी लागली. घराण्याच्या प्रतिष्ठेसाठी! अखेरच्या क्षणी का होईना, तिनं सुनेला बोलावून घेतलं. जपलेलं धन तिच्या हवाली केलं. तेच धन... आईच्या नजरेला जे दिसलं होतं, ते मी पाहू शकलो नाही. पळत्या पाठीमागं धावून हातचं गमावलं. कायमचं! कमल, पांगळ्या माणसाला हातची काठी टाकून धावता येत नाही. (कमल हुंदका देते.) वेडी का तू? पूस ते डोळे. दागिने कुठं जात नाहीत. ते कुठंही गेले, तरी सोडवून आणीन मी...

(कमल डोळे टिपून आत जाते. शेखर उद्विग्न आहे. तो त्याच अवस्थेत लायटर पेटवतो. सिगारेट काढतो. पेटवतो. त्याचं लक्ष सतारीकडे जातं. सावकाश पावले टाकीत तो सतारीजवळ जातो. हळुवार हातानं सतारीवर शाल घालतो. मागे वळतो. नंदिनी उभी असते. बाहेर जाण्याच्या तयारीत...)

शेखर : एवढ्या लौकर निघालीस?

नंदिनी : दहाला महत्त्वाची अपॉईंटमेंट आहे. ती चुकवता येणार नाही.

शेखर	:	हं!
नंदिनी	:	मी डबा पाठवून देते.
शेखर	:	डबा?
नंदिनी	:	जेवणाचा. 'कॅफे नाझ'मधून. एवढ्यात पाठवते.
शेखर	:	का?
नंदिनी	:	आता यापुढं स्वयंपाक व्हायचा नाही. मी जाते.
शेखर	:	थोडं थांब.

(शेखर आत जातो. बाहेर येताना त्याच्या हातात पैशांचं पाकीट असतं. पाकीट उघडून त्यातल्या दहा-दहाच्या काही नोटा नंदिनीच्या हाती देतो.)

नंदिनी	:	काय हे?
शेखर	:	तुम्ही डबा सांगायला नाझमध्ये जाणारच ना! मग तेथे हे अॅडव्हान्स भरा. आजपासून डबा चालू करा.
नंदिनी	:	(अपमानित होते) शेखर, मी आजच्यापुरतं म्हणाले. रोज नाही. मी काही पांगळी नाही...
शेखर	:	(आवाज चढतो) नंदिनी, पांगळेपण पाय मोडल्यानंच येत नाही. (आवाज नरमतो.) परिस्थिती कधी कधी पांगळं बनवते. मी तुझ्या सोयीसाठी म्हणालो. तसं झालं, तर तुला सोयीचं होईल. तुझ्या सगळ्या अपॉईंटमेंट्स पाळता येतील...
नंदिनी	:	कसल्या अपॉईंटमेंट्स?
शेखर	:	ऑफिसच्या आणि बाहेरच्याही...
नंदिनी	:	बाहेरच्या?
शेखर	:	हो! मित्रांच्या, मोहनच्या...
नंदिनी	:	मोहनचा काय संबंध?
शेखर	:	(हसतो) तेवढा नसता, तर आईचे दागिने एवढ्या तडकाफडकी देण्यापर्यंत मजल गेली नसती.
नंदिनी	:	(थक्क होते) शेखर!
शेखर	:	नंदिनी, मी पायानं अधू असेन; पण डोळे शाबूत आहेत माझे...
नंदिनी	:	काय बोलता हे! आपला मित्र...
शेखर	:	होता!
नंदिनी	:	त्याची चित्रं...
शेखर	:	त्यामुळं कुणाचा संसार अडला नसता. राहिलं असतं पांडे घराण्याचं धन! ते बाजारात गहाण ठेवण्याइतकं कवडीमोलाचं केव्हापासून

झालं? नंदिनी, आज नुसतं धन दिलं नाहीस तू. पांडे घराण्याची प्रतिष्ठा आज बाजारभावानं फुंकून टाकलीस. (खिन्नपणे हसतो.) आईचे दागिने ना ते! आई नेहमी सांगायची. तोल सोडून वागू नये. आणि जीभ सैल सोडून बोलू नये.

नंदिनी : तेच करता आहात तुम्ही..

शेखर : (ओरडतो) चूपऽ बेशरमऽऽ! वागणारे तुम्ही आणि मला चिकटता! एवढी ताकद आली कुठून? तुमच्या वाढत्या भेटीगाठी, भर रस्त्यावरनं स्कूटरवरनं फिरणं, तो घरात आला, तर बेभान होणं! हे न कळण्याइतका का मी अडाणी आहे?

नंदिनी : फार ऐकलं! (कळवळते) फार ऐकलंऽ बोलू नका. जास्त ऐकण्याची माझी शक्ती नाही...

शेखर : का? खोटं आहे?

नंदिनी : साफ खोटं! (सावरते, गहिवरते) तुमच्याशी लग्न केलं आणि माहेर संपलं. सासरची तीच गत. या उजाड, एकाकी जीवनात मोहनच्या रूपानं भाऊ, मुलगा सारं मिळालं...

शेखर : आणखीन् खूप नाती राहिली... पापाचं समर्थन छान करता येतं... आमच्या सैनिकांच्या जीवनाला हा शापच आहे, की काय, कुणास ठाऊक! त्या द्रवीडची गत तशी झाली. आणि माझी ही अशी... त्या मूर्खाला वाटलं, की मी लकी आहे. हे माझं लक्! ही फसवणूक...

नंदिनी : ठीक आहे. (अश्रू पुसते) फसू नका. आता फसण्याची पाळी येणार नाही.

शेखर : आणि आली, तरी फारसं बिघडायचं नाही. अनेकदा फसलोय् मी. तुझ्यावर प्रेम केलं.. तुझ्याशी लग्न केलं. आईची ममता झिडकारली. शत्रूला जीवदान दिलं... मित्राला जिवलग मानलं... आता आणखीन फसायचं काय राहिलंय्...?

नंदिनी : बस्स करा तुमचं पांडित्य! तुम्ही फसला नाहीत. जे जे तुम्ही केलंत, ते जाणून बुजूनच केलंत. आज तरी तुम्ही पायानं पांगळे असला, तरी कधीच मनानं पांगळे नव्हता. तुमच्या आईचे दागिने एवढे प्रिय होते, तर त्याच वेळेला तुम्ही तो डबा का मागितला नाही?

शेखर : दागिने तुझे! मी घेणारा कोण?

नंदिनी : हो ना? मग ही छातीफोड का करून घेतलीस?

(शेखर बोलण्याचा प्रयत्न करतो.)

नंदिनी : मी सांगते. मनात असला अभद्र संशय येऊनही तुम्ही स्वस्थ राहिलात. कारण वाईटपणा तुमच्यावर नको होता. तुमचा स्नेह घेऊनच मोहन माझ्या आयुष्यात आला. पण तुम्ही इतके क्षुद्र असाल, याची मी स्वप्नातही कल्पना केली नव्हती...

शेखर : आता आली ना! मग काय बेत?

नंदिनी : बेत कसला? यापुढं मला या घरात राहता येणार नाही.

शेखर : अरे, व्वा! मग मोहनच्या घरी जाणार? तेही ठरलेलं दिसतं?

नंदिनी : या घरातून बाहेर पडल्यावर मी कुठं जाणार, याची चौकशी कशाला?

शेखर : घराबाहेर जा, असं म्हणालो नाही मी! फक्त या घरात हे चालणार नाही...

नंदिनी : (खिन्नपणे हसते) उपकार आहेत तुमचे! पण यापुढं ते घेता येणार नाहीत मला. सासर-माहेर, दोन्ही तुटली असताही आपण संसार कसा उभा केला, तो एकमेकांच्या विश्वासावर. तो विश्वासच ढासळल्यावर संसार कसा ढासळतो, हे बघण्याचं बळ माझं नाही. यापुढं या घरात मला राहता येणार नाही...

शेखर : (काठी टेकत दोन पावलं पुढं येत) नंदिनी, एक पाय लंगडा झाला, तर या काठीच्या आधारानं चाललो मी. आणि दुसराही पाय अधू झाला, तर फारसं बिघडणार नाही. कुबडी घेऊन का होईना, वाटचाल करता येईल मला...

नंदिनी : तुमच्या शाबूत पायाएवढी किंमत दिलीत मला. धन्य झाले...

(नंदिनी तिरस्काराने शेखरकडे पाहते. त्याच संतापाच्या भरात घराबाहेर निघून जाते. शेखर काष्ठवत उभा असतो... दिवे मंदावतात.. काळोख पसरतो... सतारीची एक आर्त धून छेडली जात असते...

हळू हळू दिवे प्रकाशतात. स्टेज मोकळं असतं. दारावर थापा पडत असतात. आतून कमल येते. हातात पुस्तक असतं. दारावरच्या थापा ऐकून घाबरते. घोटाळते. धीर करून दार उघडते. मोहन आत येतो. त्याच्या हातात सकाळची पिशवी असते. तो कमलकडे पाहतो...)

मोहन : एवढं घाबरायला काय झालं?

कमल : मला वाटलं, वहिनी आली.

मोहन : म्हणून घाबरलात? (हसतो, पिशवी बाजूला ठेवतो) घरात कुणीच नाही?

कमल : मी आहे ना!

मोहन : ते दिसतंच आहे. नंदिनी... शेखर...

कमल : दोघंही बाहेर गेलेत.

(कमलच्या हातातल्या पुस्तकाकडे लक्ष जातं.)

मोहन : काय वाचता?

कमल : बिवेअर ऑफ् पिटी, स्टिफन् झ्वाइगचं.

मोहन : मी काही पुस्तक वाचलं नाही; पण पूर्वी सिनेमा आला होता. चांगला होता.

कमल : हं.

मोहन : तुम्ही जेम्स बॉण्डचा सिनेमा पाहिलात ना?

(कमल मानेनं होकार देते.)

मोहन : आज इथं आता येताना तस्साच आलो. स्कूटर अशी पळवली... अशी पळवली... झुँईऽऽ

(मोहन हसून कमलकडे पाहतो. पण कमल तशीच उभी असते. मोहन निराश होतो.)

मोहन : छे, बुवा! अशा गंभीर होऊ नका. आज तुमच्याही अंगात शेखर संचारला, की काय?

कमल : मिनी नाही आली?

मोहन : नाही. नाटकाला गेलीय्.

कमल : नाटक!

मोहन : हो. वरती देशपांडे राहतात ना! त्यांच्या मुलीबरोबर नाटकाला गेलीय्.

कमल : आवडतं तिला नाटक?

मोहन : काही विचारू नका. इंग्लिश सिनेमा आणि मराठी नाटक. भारी वेड आहे तिला. आणि आजकाल मोठ्यांची नाहीत, एवढी लहान मुलांची नाटकं निघालीत.

(काही क्षण स्तब्धतेत जातात. मोहन कोचावर बसतो... उठतो...)

मोहन : अहो, बोला ना काहीतरी.

कमल : काय बोलू?

मोहन : काहीही! अखंड बोलत राहिलात, तरी चालेल. मी आज भारी आनंदात आहे.

कमल	:	आनंद? कसला एवढा आनंद झालाय्?
मोहन	:	गेल्या कैक वर्षांत असा आनंद भोगला नाही.
कमल	:	सांगितला, तर समजेल ना!
मोहन	:	सांगू? खरं म्हणजे, नंदिनी, शेखर इथं पाहिजे होते. पण तुम्हीही चालेल. कौतुक करणारं कोणही असलं, म्हणजे झालं!
कमल	:	माझ्या कौतुकाचं तुम्हांला काय म्हणा! पण प्रयत्न करीन.
मोहन	:	ऐका. बाईसाहेब, मी अत्यंत विनयानं सांगू इच्छितो की, चित्राला कलकत्ता प्रदर्शनात पहिलं बक्षीस मिळालं आहे. आणि चित्र कोणतं, माहीत आहे? त्या तुमच्या एस्. बाबूरावनं फर्मास ठरवलं होतं ना, ते रॉ लाईन!
कमल	:	अभिनंदन!
मोहन	:	बस्स! एवढंच? अशी बातमी ऐकली, की माणसं पेढे वाटतात. साखर वाटतात.
कमल	:	साखर मी वाटू?
मोहन	:	काय हरकत आहे? बातमी आनंदाची नाही का? नंदिनी इथं असती, तर तिनं निश्चित साखर वाटली असती!
कमल	:	मोहनराव, तुम्ही जरा...
मोहन	:	काय झालं? मी खरं तेच सांगितलं. शेखर, नंदिनीसारखी थोर मनाची माणसं मिळणं कठीण! अशी माणसं मी अन्यत्र पाहिली नाहीत. सकाळी, माझी चित्रं पाठविली जावीत, जीवनातली सुखाची संधी दवडली जाऊ नये, म्हणून नंदिनीनं घरचे दागिने माझ्या स्वाधीन केले. आजच्या जगात अशा थोर मनाची माणसं मिळणं कठीण! तुम्ही खरोखरच भाग्यवान आहात. तुम्हांला असली भावजय, भाऊ मिळाला.
कमल	:	भाग्य भोगायलासुद्धा नशीब लागतं.
मोहन	:	ते नशीब नसतं, तर तुम्ही या घरात कशा आला असता?
कमल	:	माझ्या नशिबाचे भोग अजुन पुरे व्हायचे आहेत, मोहनराव.
मोहन	:	अहो, नशीब काही करीत नाही. ते फक्त माणसाच्या प्रबळ इच्छेला मान डोलावतं. माणसाचं कर्तृत्व त्याच्या भक्कमपणावरच असतं. ते मन जेवढं मोठं, तेवढाच तो माणूस मोठा!
कमल	:	(हसते) तुमच्या चित्राचं मला कौतुक करता आलं नसेल; पण निराश मनाला आशा देण्याची तुमची कला मात्र निर्विवाद मोठी आहे. त्याचं कौतुक मात्र जरूर करायला हवं!

मोहन : अहो, आजकाल तेच करत जगावं लागतं. तुम्हांला, मला, सर्वांनाच!

कमल : तुम्हांलाही? ते खरं नाही वाटत. तुमचे विचार, तुमचं वागणं पाहिलं की, या जगातली निराशा तुम्हांला शिवली असेल, असं वाटत नाही.

मोहन : कमल, जीवन इतकं सरळ, सोपं कधीच नसतं. मिनीची आई जयंती. एक नाजूक गुलाबाचं फूल. आमचा संसार सुखाचा होता. तीही सुरेख पेंटिंग करायची. त्या वेळी आज भोगतो, तेवढी प्रसिद्धीही नव्हती. माझ्या पोरक्या जीवनात जयंती सारं सुख घेऊन आली. तिच्या छातीत अधून मधून कळा उठत. डॉक्टरांनी विश्रांतीचा सल्ला दिला होता. विश्रांती घ्यायला सांगणं सोपं. पण जीवनात तेवढीच न परवडणारी गोष्ट असते. त्या दिवशी ती माझ्या स्टूडिओत तिचं पेंटिंग करीत होतो. जवळच्या इझी चेअरवर ती बसली होती. कैक वेळा ती अशी येऊन बसत असे. बोलता-बोलता ती थांबली. मी चित्राच्या कैफातच होतो. मी चित्र पुरं केलं आणि हाक मारली. पण उत्तर आलं नाही. मागं वळून पाहिलं. ती शांतपणे झोपी गेली होती. कायमचीऽऽ.

कमल : मोहनरावऽऽ

मोहन : जीवन जगणं एवढं सोपं नाही. त्या मिनीला पाहिलं, तरी जयंती नजरेसमोर तरळते. प्रत्येक वेळी मनाची कालवाकालव होते. एकाकी जीवन खायला उठतं. पण ते सारं चूपचाप सहन करायचं. दडपून मनात ठेवायचं आणि विदूषकासारखं जगाला हसवत फिरायचं. हसले, तर सारे हसतात. रडताना एकटंच रडावं लागतं.

(कमल डोळे टिपते. मोहन आश्चर्याने पाहतो.)

मोहन : माझ्या डोळ्यांत अश्रू नाहीत. मग तुझ्या डोळ्यांत का? माझ्यासाठी डोळ्यांत अश्रू आणलेले मला खपत नाही. पृथ्वीच्या दाहातूनच पांढरे ढग सावळे बनतात. आणि त्यांच्या जलधारांनी पृथ्वी तृप्त होते. अशा दुःखी जीवनाच्या अश्रूंनीच जीवन समृद्ध होत असतं. It is better to be loved and lost than never to be loved at all.

कमल : काहींच्या नशिबी तेसुद्धा नसतं.

मोहन : नशीब काय आहे, हे कोणाला सांगणार? तुला सांगितलं, तर खोटं वाटेल?

कमल : काय?

मोहन : मी तुला मागणी घालणार आहे, म्हणून!

कमल : मोहन!...

(ती त्याच्याकडे क्षणभर आश्चर्याने पाहते. त्याचं हसतमुख पाहून मान खाली घालते. खिन्न हसत चेहरा वर करते.)

कमल : (सावरते. हसते.) आता पतितोद्धार डोक्यात शिरला, वाटतं!

मोहन : कोण पतित? तू? तुझ्यापेक्षा मी जीवन पाहिलं आहे. फार मोठी किंमत देऊन. एक चित्राच्या स्वप्नात दंग असता दुसरं चित्र हरवण्याचं पाप माझ्या हातून घडलंय्.

कमल : त्यात तुमचा काय दोष?

मोहन : तेच मी तुला विचारतोय्. जे घडलं, त्यात तुझा काय दोष? तू मलाच आवडतेस, असं नाही. मिनीला पण! ती नेहमी तुझ्याबद्दल बोलते. सांगते. लहान मुलांच्या भावना एवढ्या फसव्या नसतात. माझ्या विस्कटलेल्या जीवनात तू जर आलीस, तर माझ्या जीवनाला अर्थ लाभेल!

कमल : तेवढी मोठी मी नाही. मोहनराव!

मोहन : चित्रकाराची नजर फार निराळी असते, कमल. तू जे जीवन भोगलंस, त्याच्या वेदना मला माहीत आहेत. त्या आश्रमामध्ये पतिता म्हणून जीवन जगताना केवढ्या यातना भोगाव्या लागल्या असतील, केवढी ताकद खर्ची पडली असेल, ते मी जाणतो. ती ताकद सामान्य नाही, हे जाणतो. कमल, होकार देशील का?

(डोळे टिपते. तोंड फिरवून हुंदका देते. मोहन नजीक जातो.)

मोहन : कमल, इकडं बघ. (कमल वर पाहते.)

कमल : तुझ्या डोळ्यांत पाणी?

कमल : (हसते) कुणी सांगितलं तुम्हांला, दु:खाच्याच वेळी डोळ्यांत पाणी येतं, म्हणून! आनंदाच्या प्रसंगीही ते येतं. मोहनराव, मी भांबावून गेले आहे. मला विचार करायला सवड द्या.

मोहन : कमल, इथं विचारांना सवड देता कामा नये. सांग तुझ्या मनातलं बोल...

कमल : जिच्या जीवनातलं सर्वस्व हरवलंय्, जिनं आयुष्यात कधीही चांगल्या दिवसाची अपेक्षा केली नाही, तिच्यासमोर जर साक्षात सुख अवतरलं, तर तिची दुसरी कसली अवस्था होणार! या दिवसाच्या आठवणीवर सुद्धा...

(त्याच वेळी नंदिनी आत येते. तिचं लक्ष मोहन, कमलकडे जातं. पण ती काही बोलत नाही.)

मोहन : (नंदिनीला पाहून बाजूला होत) नंदिनी! आज लौकर ऑफिस सुटलं, वाटतं!

नंदिनी : ऑफिस सुटलं! तू लौकर बरा आलास?

मोहन : या कमलला भेटायचं होतं. तुम्ही दोघं नसतानाच भेटलेलं बरं, म्हणून आलो लौकर.

कमल : मोहनराव...

मोहन : अलीकडे शेखर, तू जे वागता, त्याचं कारण मला दुसरं कोण सांगणार?

नंदिनी : (कमलकडे पाहते) मग सांगितलं कारण?

कमल : (एकदम) नाही, मी काही सांगितलं नाही.

मोहन : सारे एकाच माळेचे मणी! कोण सांगणार?

नंदिनी : मोहन, अरे, हा संसार आहे. यात भांड्याला भांडं लागणारच! आवाज होणारच. याची चौकशी करण्याऐवजी तू लग्न कर, तुझी सवय मोडलेय्. आपेआप सारं कळेल.

मोहन : सध्या तोच प्रयत्न चालू आहे.

नंदिनी : बाबा, रे, एवढं ऐकलंस, तरी समाधान वाटेल मला. माझी एक काळजी मिटेल.

मोहन : तुझी हीच भावना असेल, तर काही काळजी करू नकोस.

नंदिनी : कुठं प्रेमात पडलास, वाटतं!

मोहन : साधासुधा नव्हे. अगदी चवथ्या मजल्यावरून खाली डोकं करून पडलोय्!

नंदिनी : (हसते) बरं केलंस. मुलगी कशी आहे? माझ्यासारखी?

मोहन : छट्! ते नशीब त्या शेखरचंच!

नंदिनी : मग कशी आहे?

मोहन : कशी!... सांगतो...

(कमलकडे पाहतो. ती लाजते... धावत आत जाते.)

मोहन : (धावणाऱ्या कमलकडे बोट दाखवत) त्या कमलसारखी... अगदी तशीच...

नंदिनी : ते खरं असलं, तरी नशीब थोर समज! केव्हा दाखवणार मला?

मोहन : म्हणशील, तेव्हा! उद्या, आज, आत्तासुद्धा!

नंदिनी : आत्ता नको, रे! मोहन, हे काल सांगितलं असतंस, तर फार बरं झालं असतं.

मोहन : का? आज काय बिघडलं?

नंदिनी : गेलेला दिवस येत नसतो, मोहन. प्रत्यक्ष क्षण जो हातून सुटतो ना,

तो परत कधीच सापडत नसतो. गेला, तो गेलाच! या जीवनाच्या दोरीला मृत्यूची दोरी लावलेली आहे. त्या विधात्याच्या हातानं पाळणा डुलत असतो. त्या हेलकाव्यानं निर्धास्त बनलेलं पाळण्यातलं मूल आपल्या हाताच्या इवल्याशा मुठी आवळून छतावरच्या नक्षत्रमाळा पाहण्यात तल्लीन होऊन गेलेलं असतं. क्षण येतात, तसेच जातात. परत न येण्यासाठी!

मोहन : (अस्वस्थ होतो) नंदिनी, आज असं का बोलतेस?

नंदिनी : (हसते) काही नाही, रे! सहज बोलून गेले. बाबा, रे, मला खूप कामं आहेत. तू बस त्या कमलशी बोलत.

(नंदिनी गडबडीनं आत जाते. कमल हलकेच बाहेर येते.)

मोहन : आत का पळालीस?

कमल : मला भीती वाटली.

मोहन : आज परत भांडण झालं, वाटतं?

कमल : हो!

मोहन : अलीकडं नेहमीच चाललंय् या घरात. कोणाची दृष्ट लागलीय्, कुणास ठाऊक!

(कमल चपापते.)

मोहन : मग काय ठरलं?

कमल : काय?

मोहन : मी विचारलं, त्याचं काय झालं?

कमल : चलाऽ

मोहन : असं नाही चालायचं. सांग ना!

कमल : पाहा हं! अशानं मी परत आत पळून जाईन.

मोहन : अस्स! नंदिनीऽऽ

कमल : (गडबडीनं) तिला कशाला हाक मारता?

मोहन : तू सांगत नाहीस, तर तिलाच विचारतो.

कमल : नको, नकोऽऽ

मोहन : मग सांग तर–

कमल : मोहन–

मोहन : हाक मारू?

कमल : (हसते) ज्याला हे सांगावं लागतं, त्याला ते सांगून तरी कसं कळणार?

(कमल आत जाऊ लागते. मोहन चकित होऊन पाहत असतो. दारातून हाक येते...)

शेखर : कमलऽऽ

(कमल वळते. पाहते. शेखर आत येत असतो. त्याच्या हातात ब्रीफकेस दिसत असते. ती कमलच्या हाती देतो.)

शेखर : एवढी नेऊन ठेव कपाटात.

(कमल ब्रीफ घेऊन आत जाते. शेखर कोचावर बसतो. सिगारेट पेटवतो.)

शेखर : काय, मोहन, केव्हा आलास?
मोहन : खूप वेळ झाला.
शेखर : नंदिनी आलेय्, वाटतं.
मोहन : हो! पण तू लौकर कसा?
शेखर : कामात लक्ष लागेना. घेतली छुट्टी!
मोहन : छुट्टी?
शेखर : हो! आता यापुढं छुट्टीच!

(कमल गोंधळलेली, बाहेर येते. पाठोपाठ नंदिनी येते. पाठमोऱ्या शेखरला पाहते. क्षणभर उभी राहते. शेल्फवरचं पुस्तक उचलते. आत जाते.)

शेखर : चित्रं पाठवली?
मोहन : पॅकिंग झालंय्. उद्या पाठवीन.
शेखर : पैसे मिळाले?
मोहन : खूप!
शेखर : छान! सुरेख! (मांडीवर थाप मारतो)

(नंदिनी परत येते. सेल्फवरचा ड्रॉवर उघडून काहीतरी शोधत असते.)

मोहन : नंदिनीऽऽ

(नंदिनी वळून पाहते. तेथूनच विचारते.)

नंदिनी : काय?
मोहन : इकडं ये.
नंदिनी : मला वेळ नाही.
शेखर : मोहन, ती फार घाईत आहे.

मोहन	:	येतेस ना!

(नंदिनी रागानं ड्रॉवर मिटते. सावकाश पुढे येते.)

नंदिनी : काय?

(मोहन उठतो. पिशवी घेतो. ती नंदिनी समोर धरतो.)

मोहन : नंदिनी, हे तुझे दागिने.

(शेखर त्याच्याकडे चमकून पाहतो. सिगारेट ओढतो.)

नंदिनी : (आश्चर्याने) का? ठेवले नाहीस?

मोहन : नाही... जमलं नाही.

नंदिनी : मोहन, जगाबरोबर तूही उलटलास?

मोहन : गैरसमज करून घेऊ नकोस, नंदिनी.

नंदिनी : मला काही ऐकायचं नाही... मोहन...

मोहन : (तिला थांबवत) नंदिनी, जेव्हा हे दागिने घेतले, ते गहाण ठेवण्यासाठीच! गरज पडली असती, तर ठेवलेही असते. त्यात संकोच केला नसता. तुझे दागिने गहाण ठेवण्यात संकोच कसला? पण हे दागिने मोठे सुलक्षणी आहेत. गुणवंत आहेत.

(शेखर सिगारेट चुरगळून टाकतो. दुसरी घेतो.)

नंदिनी : म्हणजे?

मोहन : इथून दागिने घेऊन घरी गेलो. टेबलावर एक पत्र पडलं होतं. नंदिनी, कलकत्ता प्रदर्शनातील माझ्या चित्राला तीन हजारांचं पहिलं पारितोषिक मिळालं. तुझी शपथ!

(खिशातून पत्र काढतो.)

मोहन : हे पाहा. आणि हा ड्राफ्ट! मग दागिने ठेवायचं कारणच काय? केवढा आनंद झाला. तसाच धावत आलो. तुलाच ही बातमी प्रथम सांगायची होती. पण जमलं नाही.

नंदिनी : का?

मोहन : (कमलकडे पाहत) त्या आधी कुणाला तरी सांगावी लागली.

नंदिनी : थांब, मोहन, ते दागिने थोडा वेळ तसेच सांभाळ.

(नंदिनी आत जाते. बाहेर येताना वाटीतून साखर आणलेली असते. कमलच्या हातावर साखर देते. मोहनला देते. शेखरकडे पाहते. वाटी त्याच्यापुढे करते. तो साखर घेत नाही. बाजूला होतो. मोहन

कमलकडे पाहतो. भारावलेला मोहन नंदिनीच्या हाती पिशवी देतो. नंदिनी पिशवी घेते. कमलच्या हाती देते.)

कमल : हे माझ्याकडं कशाला?

नंदिनी : तुझ्याकडेच ठेव! हे दागिने घरात येऊन खूप वर्ष झाली. पण मी ते एकदाही घातले नाहीत. सेल्स गर्ल ना मी! दहा घरं फिरावी लागतात. मग ते दागिने घालून केव्हा मिरवणार? (उसंत घेते) मोहन म्हणतो ना, ते खरं आहे. हे दागिने सुलक्षणी आहेत. गुणवंत आहेत. ही पांडे घराण्याची प्रतिष्ठा माझ्याजवळ शोभायची नाही. ती योग्यता माझी नाही.

(अस्वस्थ शेखर उठतो. सिगारेट फेकतो. दुसरी घेत बाहेरच्या दाराकडे तोंड फिरवून उभा राहतो.)

मोहन : न शोभायला काय झालं? तू तर त्या घरची लक्ष्मी!

नंदिनी : एके काळी होते. आता नाही.

मोहन : काय बोलतेस हे?

नंदिनी : खरं तेच सांगितलं! यापुढं या घरात मला जागा नाही. मी हे घर सोडून निघाले आहे.

मोहन : काय! पुन्हा बोल.

नंदिनी : (मोहनवर नजर स्थिर करीत...) होय... मी... हे घर सोडून जात आहे.

(त्याच वेळी धडपळे गुरुजी आत येतात. मोहन घाबरून त्यांच्याकडे पाहतो. अस्वस्थ झालेला शेखरही दिवाणावर जाऊन बसतो.)

मोहन : नेमकं नको त्या वेळी आलात.

गुरुजी : (उदास हसतो) नको त्या वेळीच जावं लागतं! तेच आमच्या नशिबीचं व्रत आहे.

नंदिनी : मोहन, मीच त्यांना बोलवलं होतं. गुरुजी, वेळेवर आलात. माझी तयारी झाली आहे. आलेच मी.

(नंदिनी आत जाते.)

गुरुजी : (शेखरजवळ जातात) कर्नलसाहेब, संसार हा काचेच्या भांड्या-सारखा. भारी सावधगिरीनं हाताळावा लागतो हा संसार. त्या भांड्याला तडा गेला, तर ते चिकटवता येईल. पण गेलेले तडे, त्यांच्या रेषा बुजवता येत नाहीत. स्वाभिमानी, निष्कलंक, निरोगी माणूस अशुद्ध वातावरणात जगू शकत नाही. जो संसार सुखी, समंजस

समजलो मी... कमलसारख्या मुलीला तिथं लाभला आश्रय... त्याच घरची लक्ष्मी आश्रमात नेत असता मला आनंद नाही. आहे, ते फक्त दुःख!

(शेखर अधिक अस्वस्थ होतो.)

मोहन : उगीच धडपडू नका. तिला आश्रमात नेण्याचं कारणच काय?

गुरुजी : टाकली नवऱ्यानं, तर जायचं कुठं तिनं?

मोहन : (हसतो) एवढ्यात टाकलीही नवऱ्यानं? गुरुजी, नवऱ्यानं टाकली नाही तिला. घर सोडून जाते म्हणाली ती–

गुरुजी : तेच! म्हणून आश्रय हेच एक ठिकाण विसाव्याचं! मोहनबाबू, घर सोडलेल्या स्त्रीला दुसरं ठिकाण नाही जगात.

मोहन : हं! कारण ही पतिता आणि तुमचा पतितोद्धार! छान, गुरुजी! गुरुजी, या जगात काय लौकर माणसं पतित होतात, नाही? पतिता ठरवायला मोजमाप नाही. कोणतीच पट्टी नाही. या जगात हे फक्त माणूसच करू जाणे!

(नंदिनी बॅग घेऊन येते. हातात एक रंगीत बॉक्स आहे. बॅग खाली ठेवते.)

नंदिनी : चला, गुरुजी–

(अस्वस्थ मोहन धावतो. शेखरचे खांदे पकडतो.)

मोहन : शेखर, हे खरं नाही... खरं नाही. अरे, तुम्हांला झालंय् तरी काय? या संसारात कसली वानवा होती, ते असं घडतंय्? अरे, तुमच्यासारखे सुखी संसार पाहून आमच्यासारख्यांच्या उजाड जीवनातही पालवी फुटते. अशी कोणती वीज कोसळली की, ज्याखाली ही सुरेख, नाजूक वेल कोमेजावी! शेखर, दुसऱ्याच्या संसारात अधिक पडू नये, हे खरं!... पण तिला आडव,रेऽऽ

नंदिनी : मोहन, वाईट वाटून घेऊ नको. ज्या जगात राहायचं, त्या जगाचे नियम पाळलेच पाहिजेत. तुम्ही पुरुष आहात ना! हे सैन्यात होते. घरापासून दूर. पण मनात कधी आलं नाही की, हे दारू पीत असतील. हवे ते धंदे करीत असतील! दिसत होती, ती फक्त रणांगणावरची धगधग! आठवत होती, ती जिव्हाळ्यापोटी उपजत असलेली भीती! कुंकवाच्या कोयरीत हात घातला, तर कपाळापर्यंत बोट नेताना हात थरथरायचा. हे आले, तेव्हा अधू पायानं प्लॅटफॉर्मवर

उतरताना पाहून काहीही वाटलं नाही. हे जिवंत परतले, यातच सारं मिळालं होतं.

मोहन : मी पाहिलंय् ते.

नंदिनी : साऱ्याच गोष्टी दिसतात, असं नाही. दहा घरं फिरून कंपनीचा माल विकायची माझी नोकरी. दिवसभर बुभुक्षित नजरा अंगावर लपेटून घेत फिरावं लागायचं. त्या नजरांची कधी मी भीती बाळगली नाही. ज्या विश्वासावर माझी नजर बेडर बनत होती, तो विश्वासच आज ढासळला...

मोहन : तो विश्वास ढासळायला असं काय घडलं, सांगशील?

नंदिनी : (खिन्न हसते) त्यांनी संशय घेतला माझा!

मोहन : (चकित होतो) संशय! तुझा ? शेखर, खरं आहे हे?

(शेखर काही बोलत नाही.)

मोहन : शेखर, अरे, का बोलत नाहीस? अरे, हे विष तुझ्या मनात कुणी पेरलं? हे तू मला का सांगितलं नाहीस? एवढ्या थराला गोष्टी जाईपर्यंत तू का गप्प बसलास? अरे, ती चाललीय्. अडव तिला...

शेखर : (हसतो) उम्रे दराज माँगी थी चार दिनके लिये।
दो आरजूँ में कट गये, दो इंतजार में।
या जगात येताना, विश्वात्म्याकडून चार दिवसांचं भलंमोठं आयुष्य आणलं होतं. दोन दिवस विनवणी करण्यात गेले. उरलेले दोन दिवस वाट पाहण्यात गेले. आता वाट पाहण्याखेरीज काही हाती नाही.

मोहन : कसली वाट पाहणं? अरे, काय बरळतो आहेस? नंदिनी, तू माझं ऐक. त्याचं मनावर घेऊ नकोस. तुला हे विसरावं लागेल!

नंदिनी : काय विसरू? मला... मोहन, ही जखम अशी सहजासहजी बरी व्हायची नाही. आता या घरात क्षणभरसुद्धा थांबायची माझी इच्छा नाही. मीही पांडे घराण्याचीच सून आहे. विहिरीचा तळ गाठण्याचं माझं धाडस नसेल. पण जगता आलं, तर स्वाभिमानानंच जगेन. ज्या घराण्याच्या प्रतिष्ठेसाठी या कमलला घर सोडावं लागलं, त्याचसाठी मी आज घर सोडते आहे. (हातातली पेटी त्याच्यासमोर ठेवते) हा तुम्ही दिलेला हार. हीही याच घराण्याची प्रतिष्ठा आहे. गरजेपोटी बाजारात गहाण पडू नये, म्हणून तुमच्याकडे ठेवून जात आहे. चला, गुरुजी–

मोहन : (अगतिक बनलेला) थांब, नंदिनी. पुढं पाऊल टाकू नको. या जगात

अडवायची ताकद कुणाची नसेल; पण माझी निश्चित आहे. मी तुला जाऊ देणार नाही.

नंदिनी : मोहन, बाजूला हो–

मोहन : नाही, नंदिनी, माझं ऐकावं लागेल.

नंदिनी : मोहन, तुला माझी वाट अडवता येणार नाही. तो हक्क तुला राहिलेला नाही.

मोहन : हक्क देऊन मिळत नसतात. तो मिळवावा लागतो.

नंदिनी : तू मिळवलेलं केव्हाच धुळीला मिळालंय्. त्याला अर्थ नाही राहिला.

मोहन : नंदिनी, तुझ्या धाकट्या भावाची अशी अवहेलना करू नको. ऐकऽऽ

नंदिनी : (निर्धाराने..) अवहेलना मी करीत नाही. तेवढी ताकद माझी नाही. अवहेलना केलीय् ती दैवानं! मोहन, तुला कसं आणि कोणत्या तोंडानं सांगू? अरे, त्यांनी तुझाच संशय...

(नंदिनी हातात तोंड लपवून रडू लागते. मोहन अवाक होतो. अंग सैल पडतं. मान खाली जाते. तो बाजूला सटकतो.)

गुरुजी : मोहनराव, संसारात असताना स्त्रीला तो सोडणं भाग पडतं. पतिता नसताना पतितेचा शिक्का मारून घेणं हे स्त्रीच सहन करू शकते. आमचा पतितोद्धार केवळ पतित स्त्रियांसाठीच नाही, तर अशा माउलींच्यासाठीही आहे. मोहनराव, तुम्ही काहींच का बोलत नाही?

मोहन : (मान सावकाश वर करतो. शेखरकडे पाहतो. शेखर नजर चुकवतो.) मी बोलू? काय जागा ठेवलीय् यानं बोलायला? गुरुजी, मला माफ करा. मी तुमच्या पतितोद्धाराची चेष्टा केली. पायानं अधू असणाऱ्यांना शस्त्रक्रियेनं बरं करता येतं. हाती काठी घेऊन का होईना, चालवता येतं. पण मनानं पांगळं असेल, तर... त्याला कोण चालवणार? नंदिनी, तुझी वाट मोकळी आहे...

(नंदिनी बॅग उचलते. झट्कन घराबाहेर पडते. पाठोपाठ गुरुजी जातात. मोहन, शेखर, कमल सारे थिजून उभे असतात. कमलला हुंदका अनावर होतो.)

शेखर : (मोठ्यानं हसत) कमल, या घरात कोणीही रडलेलं मला खपायचं नाही. रडण्यासारखं काहीही घडलेलं नाही.

कमल : (रडत, थरथरत शेखरजवळ येते) तसं नाही... दादा, खूप घडलंय्. दादा, वहिनी निष्पाप आहे. दोष तिचा नाही. दोष माझा आहे.

शेखर : तुझा? मला फसवतेस? आता माझ्या संसारासाठी स्वत: बदनाम होऊ बघतेस?

कमल : नाही, दादा, खरंच अपराध माझा आहे. मीच तो संशय तुझ्या मनात पेरला. कली संचारला होता माझ्या मनात. तुमचा सुखी संसार पाहवला नाही मला. त्या मत्सरातूनच हे घडलं! तू तिला परत आण, रेऽऽ

शेखर : (तिचे खांदे धरून हलवीत) खरं हे?

कमल : खरं! अगदी खरं! आईची शपथ घेऊन बोलते. दादा, संसार तुझाच मोडला नाही. माझाही मोडला. माझ्याच हातांनी! मी दुष्ट नाही, रे! मनाची पांगळी आहे!

शेखर : ओ गॉड!

(शेखरचे हात गळतात. काठी पडते. लंगडत-लंगडत बैठकीवर बसतो.)

मोहन, आय् ॲम गिल्टी!

(मोहन स्तब्ध उभा. कमल त्याच्याकडे धावते.)

कमल : मोहनराव, तुम्हीच सांगितलं ना! मनानं पांगळं असणाऱ्याला परमेश्वरही उभा करू शकत नाही. आता तुमच्या जीवनात मला जागा नाही. हरवलेलं सर्वस्व तुमच्या रूपानं मला लाभलं होतं. ते मला राखता आलं नाही. आमच्या स्वप्नाला आता अर्थ राहिला नाही. तुम्ही वहिनीला घेऊन या. मला क्षमा करा. आश्रमातच माझं नशीब गुंतलंय्...

(रडत बाहेर जायला निघते. मोहन तिला अडवतो.)

मोहन : नाही, कमल! मागं फीर! कुणीही त्या आश्रमात आता राहणार नाही. तो आश्रम त्या गुरुजींनाच लखलाभ होवो! तुझ्या वहिनीच्या छत्राखालीच आपला संसार चालला, तर चालेल!

(कमलचा हात धरून तिला घेऊन तो बाहेर पडतो.)

शेखर सतारीवरची शाल हळू हळू बाजूला करतो. त्याच वेळी पडदा पडतो.
पार्श्वभूमीवर सतारीची धून ऐकू येते...)

समाप्त